Grænmetisbókin 2023

100+ vegan uppskriftir

Eiríkur Helgason

Innihald

karrýristað blómkál 11

Karríaðar Garbanzo baunir 13

Brún linsukarrý 15

Grænkál og tómatsalat með pestói 17

Sjóðin hvít baunasúpa 18

Vegan tofu umbúðir 20

Vegan burrito skál með chipotle 22

Einfalt Vegan Black Bean Chili 25

Steiktar rauðar linsubaunir og indverskir tómatar 27

Levantínsk kjúklinga- og ertusalat 30

Gulrótar- og kardimommusúpa 32

Blómkál & Basmati Pilaf hrísgrjón 34

Vegan Coleslaw Impression Uppskrift 36

Avókadó krem Pasta 38

Quorn vegan salat 40

Vegan makkarónur og ostur 41

Mexican Angel Hair Núðlusúpa 43

vegan pizza 45

Jarðarberja- og sítrussalat með grænkáli 47

Tofu hrærið 49

Hrært spínat 51

Steikin karsí 53
Hrærið grænkál 55
Hrærið bok choy 57
Hrærð Choy Sum 59
Hrært spergilkál 60
Vegan fyllt skorpupizza 62
Vegan Alfredo sósa 63
Avocado salat samloka 65
Vegan Fajitas 66
Salat af haussalati og smjörsmjöruðum tómötum 68
Hrokkið salat og möndlur 70
Romaine salat og cashew salat 72
Ice Berg salat og hnetusalat 74
Frisée og valhnetusalat 76
Salat af höfuðsalati og valhnetum með smjöri 78
Romaine salat, kirsuberjatómatar og möndlusalat 80
Bibb salat valhnetu og tómatsalat 82
Tómatar og möndlu salat með Boston salati 84
Gúrku og möndlu salat 86
Kirsuberjatómatar og macadamia hnetusalat 88
Smjörsalat Kirsuberjatómatar Cashew salat 90
Salat með romaine salati, kirsuberjatómötum og macadamia hnetum 92
Salat Iceberg Salat Epli Og Valhnetur 94

Salat Tómatar og Möndlusalat 96

Hrokkið kirsuberja og macadamia hnetusalat 98

Romaine salat, vínber og valhnetusalat 100

Smjörsalat, kirsuberjatómatar og tælenskt basil salat 101

Salat Myntulauf og Cashew salat 104

Tómatsalat og hnetusalat 105

Smjörhaussalat Appelsínu- og möndlusalat 106

Einfalt salat af tómötum og möndlum með salati 107

Romaine salat Salat Tómatar og heslihnetur 108

Salat Frisee Salat Laukur Og Estragon 109

Tómatsalat með möndlum og estragon 110

Salat af hrokknum tómötum og heslihnetum 111

Frisee og kúrbít salat 112

Salat með romaine salati og heslihnetum 113

Tómata- og möndlusalat með icebergsalati 114

Frisée og feta salat 115

Grillaður aspas grænn pipar og leiðsögn 118

Einfaldur grillaður kúrbít og rauðlaukur 120

Einfaldur grillaður maís og Portobello 121

Grillað marinerað eggaldin og kúrbít 122

Grillaður pipar og spergilkál 123

Brennt blómkál og rósakál 124

Grillaðir maís og Crimini sveppir 125

Grillað eggaldin, kúrbít og maís 127

Grillaður kúrbít og ananas 129

Portobello og grillaður aspas 131

Einföld uppskrift að grilluðu grænmeti 133

Grillaðir japanskir eggaldin og shiitake sveppir 135

Grillað japanskt eggaldin og spergilkál 136

Brennt blómkál og rósakál 137

Japansk grilluð blómkálsuppskrift með balsamic gljáa 138

Einföld uppskrift að grilluðu grænmeti 139

Grillað eggaldin og græn paprika 140

Grillaður Portobello aspas og grænar baunir með eplavíni 141

Grillaðar baunir og Portobello sveppir 143

Rósakál og grænar baunir 144

Kúrbít og laukur í búgarðsdressingu 145

Grillaðar grænar baunir og ananas í Balsamic Vinaigrette 146

Spergilkál og grillað eggaldin 148

Spergilkál og grilluð græn paprika 150

Grillaðir kúrbítar og gulrætur 151

Grillaðir Portobello sveppir með eplavíni 152

Brenndar gulrætur með rósakáli 153

Uppskrift að grilluðum parsnips og kúrbít 154

Grilluð rófa með austurlenskri vinaigrette 155

Grillaðar gulrætur, rófur og Portobello með Balsamic gljáa 156

Grillaður kúrbít og mangó 157

Grillaður barnamaís og grænar baunir 158

Grilluð þistilhjörtu og rósakál 159

Brennt pipar og rósakál Spergilkál með hunangssídergljáa 160

Uppskrift af grilluðum paprikum með brokkoliniblómum 161

Grillað eggaldin, kúrbít með ýmsum paprikum 163

Grillaður portobello og rauðlaukur 165

Grillaður maís og rauðlaukur 166

Grillað blómkál og aspas 167

Grillaður kúrbít Portobello eggaldin og aspas 168

Uppskrift að ristuðum grænum paprikum, spergilkáli og aspas . 170

Grillaðir Portobello sveppir og kúrbít 171

Grillaður aspas, ananas og grænar baunir 172

Grillaðar grænar baunir og eggaldin 173

Grillaður aspas og spergilkál 175

Brennt blómkál og rósakál 176

Grillað spergilkál og spergilkál 177

Grillaður kúrbít Rauðlaukur Brokkolini blómkál og aspas 178

Grillaðar grænar baunir, aspas, spergilkál og ananas 181

Grillaðar Edamame baunir 182

Grilluð okra, kúrbít og rauðlaukur 183

Grillaðar parsnipar og kúrbít 184

Grilluð pastinip og okra 185

Spergilkál Grillaður Pastinok Okra og Aspas 187

Grilluð rófa og paprika 188

Grillað blómkál og spergilkál 189

Grilluð rófa og ananas 190

Grillaðar parsnipar og kúrbít 191

Grilluð næpa Rauðlaukur og Parsnips 192

Grillaðar gulrætur, spergilkál og spergilkál 194

Grillaður aspas og spergilkál 195

Grillað blómkál og barnamaís 196

Grilluð þistilhjörtu og spergilkál 197

Baby gulrætur og grillað eggaldin 198

Grillaðar barnagulrætur og kúrbít 199

Grillaður maís, barnamaís og aspas 200

Barnagrillaðar gulrætur og þistilhjörtu 201

Grænar baunir með ananas og grilluðum þistilhjörtum 202

Spergilkál og grillaðar barnagulrætur 204

Einfaldir grillaðir maís- og blómkálsblómar 206

Baby gulrætur og grilluð paprika 207

Mini grillaður maís, þistilhjörtu og eggaldin 208

Barnagrillaðar gulrætur og rauðlaukur 209

Grillað spergilkál, aspas og portobello sveppir 210

Grilluð þistilhjörtu 211

Grillaðar barnagulrætur og sveppir 212

Grilluð þistilhjörtu og aspas 213

Grillaður kúrbít 214

Grillað eggaldin með balsamik gljáa 215

Grillað romaine salat og tómatar 216

karrýristað blómkál

Hráefni

1 haus af blómkáli, laufin og stilkarnir fjarlægðir og skornir í hæfilega stóra búta

1/2 stór gulur laukur, skorinn í þunnar strimla

2 matskeiðar extra virgin ólífuolía

1/2 bolli frosnar baunir

Krydd hráefni

1/2 msk rautt karrýduft

1/4 tsk mulin rauð paprika (valfrjálst)

Sjávarsalt og pipar eftir smekk

Forhitaðu ofninn þinn í 400°F.

Setjið blómin í skál og skolið undir köldu vatni.

Tæmdu vatnið.

Klæðið ofnform með álpappír.

Dreifið blómkálinu og rauðlauknum á bökunarplötuna.

Hellið ólífuolíu út í og stráið kryddefnunum yfir.

Blandið innihaldsefnunum sem nefnd eru hér að ofan vandlega.

Bakið í 45 mínútur, hrærið einu sinni.

Þíða 1/2 bolli baunir á meðan blómkál eldast.

Takið blómkálsblönduna úr ofninum eftir 45 mínútur og bætið baunum út í.

Blandið öllu saman með olíu og kryddi.

Karríaðar Garbanzo baunir

Hráefni

2 matskeiðar extra virgin ólífuolía

1 meðalstór rauðlaukur, sneiddur

4 hvítlauksrif, söxuð

2 dósir (15 oz) kjúklingabaunir, tæmdar

1 dós 20 oz tómatsósa

1 bolli af vatni

1 msk rautt karrýduft

1/2 búnt ferskt kóríander, skolað og stilkar fjarlægðir og grófsaxaðir

Steikið laukinn og hvítlaukinn á pönnu með ólífuolíu við meðalhita þar til það er mjúkt (tekur um 4 mínútur).

Tæmið baunirnar og bætið þeim á pönnuna.

Bætið við tómatsósu, vatni og karrýdufti.

Hrærið allt er vel blandað.

Látið malla við meðalhita.

Bætið kóríander í pottinn.

Hrærið og látið malla þar til sósan er orðin þykk.

Brún linsukarrý

Hráefni

1 matskeið extra virgin ólífuolía

3 hvítlauksrif, söxuð

1 meðalstór rauðlaukur, sneiddur

3 meðalstórar gulrætur (1/2 pund)

1 bolli ósoðnar brúnar linsubaunir

2 matskeiðar heitt karrýduft

15 oz niðursoðin tómatsósa*

Sjó salt

1/2 búnt af fersku kóríander (valfrjálst)

Dreifið linsunum á eldfast mót.

Látið suðu koma upp í 3 bolla af vatni í potti.

Bætið linsunum út í.

Sjóðið og lækkið hitann.

Lokið og látið malla í 20 mínútur eða þar til linsurnar eru mjúkar.

Tæmið linsurnar.

Steikið laukinn, hvítlaukinn og gulræturnar á pönnu með ólífuolíu við meðalhita þar til laukurinn er orðinn hálfgagnsær.

Bætið karrýduftinu út í og steikið í eina mínútu í viðbót.

Bætið linsunum á pönnuna með tómatsósunni.

Hrærið og eldið í um það bil 5 mínútur.

Kryddið með meira salti ef þarf.

Skreytið með kóríander og berið fram yfir hrísgrjónum, naanbrauði, pítubrauði eða skorpubrauði.

Grænkál og tómatsalat með pestói

Hráefni

6 bollar grænkál, smátt saxað

15 oz dós hvítar baunir, skolaðar og tæmdar

1 bolli soðinn quorn*, saxaður

1 bolli vínberutómatar, helmingaðir

1/2 bolli pestó

1 stór sítróna skorin í báta

Blandið öllu hráefninu saman í skál nema pestóinu og sítrónunni

Bætið pestói út í og hrærið þar til það er húðað.

Skreytið með sítrónu

Sjóðin hvít baunasúpa

Hráefni

2 matskeiðar extra virgin ólífuolía

6 hvítlauksrif, söxuð

1 meðalstór rauðlaukur, sneiddur

1/2 pund gulrætur, þunnt sneiðar í hringi

4 sellerístilkar (1/2 búnt) skornir í sneiðar

1 pund þurrar hvítar baunir, grófhreinsaðar, skolaðar og tæmdar

1 heilt lárviðarlauf

1 tsk þurrkað rósmarín

1/2 tsk þurrkað timjan

1/2 tsk spænsk paprika

Nýsprunginn pipar (15-20 sveifar úr piparkvörn)

1 1/2 tsk salt eða meira eftir smekk

Setjið ólífuolíu, hvítlauk, lauk, sellerí og gulrætur í hæga eldavélina.

Bætið baununum, lárviðarlaufinu, rósmaríni, timjan, papriku og nýmöluðum pipar í hæga eldavélina.

Bætið 6 bollum af vatni í hæga eldavélina og blandið hráefninu saman.

Lokið og eldið í 8 klukkustundir á lágu eða á háu í 4 1/2 klukkustund.

Þegar súpan er soðin, hrærið í og stappið baunirnar.

Kryddið með meira sjávarsalti ef þarf.

Vegan tofu umbúðir

Hráefni

½ rauðkál, rifið niður

4 hrúgaðar matskeiðar mjólkurlaus jógúrt

3 matskeiðar myntu sósa

3 x 200 g pakkar af tofu, hver skorinn í 15 teninga

2 matskeiðar tandoori karrýmauk

2 matskeiðar ólífuolía

2 rauðlaukar, sneiddir

2 stór hvítlauksrif, skorin í sneiðar

8 chapattis

2 límónur, skornar í báta

Blandið saman hvítkáli, mjólkurlausri jógúrt og myntusósu í skál.

Kryddið með salti og pipar og setjið til hliðar.

Blandið tófúinu, tandoori-maukinu og 1 matskeið af olíu saman.

Hitið olíuna á pönnu og eldið tófúið í skömmtum þar til það er gullbrúnt.

Takið tófúið af pönnunni.

Bætið restinni af olíunni út í, steikið laukinn og hvítlaukinn og steikið í 9 mínútur.

Settu tófúið aftur á pönnuna

Endursala.

Að setja saman

Hitið chapattisinn aftur samkvæmt leiðbeiningum á umbúðum.

Toppið hvern með hvítkál, tófú og kreista af limesafa.

Vegan burrito skál með chipotle

Hráefni

125 g basmati hrísgrjón

1 matskeið extra virgin ólífuolía

3 hvítlauksrif, söxuð

400 g niðursoðnar svartar baunir, tæmdar og skolaðar

1 matskeið eplasafi edik

1 teskeið af hunangi

1 matskeið chipotle-mauk

100 g saxað grænkál

1 avókadó helmingað og skorið í sneiðar

1 meðalstór saxaður tómatur

1 lítill gulur laukur, saxaður

Til að þjóna (valfrjálst)

chipotle heit sósa

kóríander lauf

lime bátar

Eldið hrísgrjón samkvæmt leiðbeiningum á pakka og haldið heitum.

Hitið olíuna á pönnu, bætið hvítlauknum út í og hrærið þar til það er gullið.

Bætið baunum, ediki, hunangi og chipotle saman við.

Kryddið með sjávarsalti

Eldið 2 mín.

Sjóðið grænkálið í eina mínútu. og tæmdu umfram raka.

Skiptið hrísgrjónunum jafnt yfir. kúlur.

Toppið með baunum, grænkáli, avókadó, tómötum og lauk.

Stráið heitri sósu, kóríander og limebátum yfir.

Einfalt Vegan Black Bean Chili

Hráefni

2 matskeiðar extra virgin ólífuolía

6 hvítlauksgeirar, smátt saxaðir

2 stórir rauðlaukar, saxaðir

3 msk sætur pipar eða sweet chili duft

3 matskeiðar malað kúmen

Sjávarsalt, eftir smekk

3 matskeiðar eplasafi edik

2 matskeiðar af hunangi

2 dósir (14 oz) saxaðir tómatar

2 dósir (14 oz) svartar baunir, skolaðar og tæmdar

Í fyllinguna: mulinn vegan ostur, sneiddur vorlaukur, sneiðar radísur, bitar af avókadó, sætur og sýrður rjómi

Hitið ólífuolíuna og steikið hvítlaukinn og laukinn þar til mjúkur.

Bætið chilipiparnum og kúmeninu út í, eldið í 3 mínútur,

Bætið við ediki, hunangi, tómötum og sjávarsalti.

Eldið 10 mín í viðbót.

Bætið baununum út í og eldið í 10 mínútur í viðbót.

Berið fram með hrísgrjónum og stráið álegginu yfir.

Steiktar rauðar linsubaunir og indverskir tómatar

Hráefni

200 g skolaðar rauðar linsubaunir

2 matskeiðar ólífuolía ef þú ert vegan

1 lítill rauðlaukur, smátt saxaður

4 hvítlauksgeirar, smátt saxaðir

Klípa af túrmerik

½ tsk garam masala

kóríander, til að bera fram

1 lítill tómatur, saxaður

Sjóðið linsurnar í 1 lítra af vatni og smá salti. Sjóðið í 25 mínútur, fjarlægið loftbólurnar.

Lokið og eldið í 40 mínútur, meira þar til þykknar.

Hitið olíuna á pönnu yfir meðalhita.

Steikið laukinn og hvítlaukinn þar til laukurinn mýkist.

Bætið við túrmerik og garam masala og eldið í eina mínútu í viðbót.

Setjið linsurnar í skál og setjið helminginn af laukblöndunni yfir.

Skreytið með kóríander og tómötum.

Levantínsk kjúklinga- og ertusalat

Hráefni

½ bolli extra virgin ólífuolía

1 matskeið garam masala

2 dósir (14 oz) kjúklingabaunir, tæmdar og skolaðar

½ pund poki af tilbúnu blönduðu morgunkorni

½ pund frosnar baunir

2 sítrónur, skrældar og kreistar

1 stór búnt af steinselju, blöð grófsöxuð

1 stór myntulauf, gróft saxað

Hálft pund af radísum, gróft saxað

1 agúrka, saxuð

granateplafræ, til framreiðslu

Forhitaðu ofninn þinn í 392 gráður F.

Bætið ¼ bolla af olíu saman við garam masala og bætið við smá salti.

Blandið því saman við kjúklingabaunirnar á stórri pönnu og eldið í 15 mínútur. eða þar til stökkt.

Bætið við blönduðu korni, ertum og sítrónuberki.

Hrærið og setjið aftur inn í ofn í um 10 mínútur.

Kasta með kryddjurtum, radísum, agúrku, olíu sem eftir er og sítrónusafa.

Kryddið með meira salti og skreytið með granateplafræjunum.

Gulrótar- og kardimommusúpa

Hráefni

1 stór rauðlaukur, smátt saxaður

4 stór hvítlauksrif, mulin

1 stór gulrót, smátt skorin

engiferbiti á stærð við þumal, afhýddur og smátt saxaður

2 matskeiðar ólífuolía

Klípa af túrmerik

Fræ úr 10 kardimommumbelgjum

1 tsk kúmen, fræ eða malað

¼ pund rauðar linsubaunir

1 ¾ bolli létt kókosmjólk

börkur og safi 1 sítróna

klípa af chiliflögum

handfylli af steinselju, saxað

Hitið olíu á pönnu og steikið lauk, hvítlauk, gulrót og engifer þar til það er mjúkt.

Bætið við túrmerik, kardimommum og kúmeni.

Eldið í nokkrar mínútur í viðbót, þar til kryddið verður arómatískt.

Bætið við linsubaunir, kókosmjólk, 1 bolla af vatni.

Sjóðið og látið malla í 15 mínútur þar til linsurnar eru mjúkar.

Blandið saman með handþeytara, blandið súpuna þar til hún er þykk.

Skreytið með sítrónuberki og safa.

Kryddið með salti, chilli og kryddjurtum.

Skiptið í skálar og stráið sítrónuberki yfir.

Blómkál & Basmati Pilaf hrísgrjón

Hráefni

1 matskeið ólífuolía

2 stórir rauðlaukar, sneiddir

1 msk karrýmauk að eigin vali

½ pund basmati hrísgrjón

¾ pund blómkálsblóm

1 pund kjúklingabaunir, skolaðar og skolaðar

2 bollar af grænmetissoði

1/8 bolli ristaðar möndlur

handfylli af söxuðu kóríander

Hitið olíuna á pönnu og steikið laukinn við meðalhita í 5 mínútur þar til hann byrjar að brúnast.

Bætið karrýmaukinu út í og eldið í 1 mín.

Bætið við hrísgrjónum, blómkáli og kjúklingabaunum.

Blandið öllu saman til að hjúpa.

Bætið soðinu út í og blandið vel saman.

Lokið og látið malla í 12 ½ mínútur eða þar til hrísgrjón og blómkál eru mjúk og allur vökvi hefur minnkað.

Bætið við möndlum og kóríander.

Vegan Coleslaw Impression Uppskrift

Hráefni

¼ af stóru káli (375 grömm / 13 oz), rifið með hníf eða mandólíni

1 stór gulrót, afhýdd og skorin í julienne

½ meðalstór hvítur laukur, þunnt sneið

Hráefni í dressingu

3 matskeiðar aquafaba (kjúklingabaunavökvi)

½ bolli canola olía

1 matskeið eplaedik

2 matskeiðar sítrónusafi

2 matskeiðar af hunangi

½ tsk sjávarsalt, eða meira eftir smekk

Blandið grænmetinu saman í skál.

Í blandara, bætið aquafaba út í og hellið hægt út í olíuskreytingu.

Bætið restinni af vinaigrette hráefnunum saman við og blandið saman.

Hellið þessari vinaigrette yfir grænmetið og blandið saman.

Smakkið til og bætið salti við.

Avókadó krem Pasta

Hráefni

2 avókadó, skorin í sundur og skorin í teninga

3 hvítlauksrif, söxuð

Safi úr 1/2 sítrónu

1/4 bolli ósykrað möndlumjólk

1/4 bolli vatn

Sjávarsalt, eftir smekk

Rauð piparflögur, eftir smekk

4 kirsuberjatómatar, helmingaðir til að skreyta (valfrjálst)

2 bollar soðið pasta

Blandið avókadóinu, hvítlauknum og sítrónusafanum saman í blandara.

Bætið möndlumjólkinni og vatni hægt út í blönduna.

Bætið við sjávarsalti og rauðum piparflögum.

Blandið saman við eldað pasta.

Quorn vegan salat

16 únsur. quorn, soðið

2 msk. ferskur sítrónusafi

1 sellerístilkur, skorinn í teninga

1/3 bolli hakkað grænn laukur

1 bolli vegan majónes

1 C. enskt sinnep

Sjávarsalt og pipar, eftir smekk

Blandið quorn sítrónusafanum, selleríinu og lauknum vandlega saman.

Bætið vegan majónesi og sinnepi við þessa blöndu.

Kryddið með sjávarsalti og pipar.

Kælið og berið fram.

Vegan makkarónur og ostur

Hráefni

3 1/2 bollar olnboga makkarónur

1/2 bolli vegan smjörlíki

1/2 bolli hveiti

3 1/2 bollar sjóðandi vatn

1-2 msk. sjávarsalt

2 msk. sojasósa

1 1/2 tsk. hvítlauksduft

Klípa af túrmerik

1/4 bolli ólífuolía

1 bolli næringargerflögur

Spænsk paprika, eftir smekk

Forhitaðu ofninn þinn í 350°F.

Eldið olnbogamakkarónurnar samkvæmt leiðbeiningum á pakka.

Tæmið núðlurnar.

Hitið vegan smjörlíkið á pönnu á lágum hita þar til það bráðnar.

Bætið við og þeytið hveitið.

Haltu áfram að þeyta og auka við meðalhita þar til slétt og freyðandi.

Bætið við og þeytið sjóðandi vatni, salti, sojasósu, hvítlauksdufti og túrmerik saman við.

Haltu áfram að þeyta þar til það er uppleyst.

Þegar það er orðið þykkt og freyðandi, hrærið olíunni og gerflögunum saman við.

Blandið 3/4 af sósunni saman við núðlurnar og setjið í eldfast mót.

Hellið restinni af sósunni og kryddið með paprikunni.

Bakið í 15 mínútur.

Grillið þar til það er stökkt í nokkrar mínútur.

Mexican Angel Hair Núðlusúpa

5 stórir tómatar, skornir í stóra teninga

1 meðalstór rauðlaukur, skorinn í stóra teninga

3 hvítlauksrif

2 msk. ólífuolía

16 únsur. englahárpasta, skorið í 1 tommu bita

32 aura grænmetissoð

1/2 tsk. sjávarsalt

1/2 msk. svartur pipar

2 msk. Oregano

2 msk. kúmen

Chili flögur, söxuð serrano paprika eða jalapeños í teningum, eftir smekk (valfrjálst)

Cilantro, sojasýrður rjómi og sneið avókadó, til skrauts (valfrjálst)

Maukið tómatana, rauðlaukinn, hvítlaukinn og olíuna.

Flytið yfir á og eldið við meðalhita.

Bætið núðlum, seyði, salti, pipar, oregano og kúmeni út í.

Bæta við chili flögum, Serrano papriku.

Eldið í 13 ½ mínútur og látið malla þar til núðlurnar eru orðnar meyrar.

Skreytið með kóríander, sojasýrðum rjóma eða avókadó.

vegan pizza

Hráefni

1 stykki vegan naan (indverskt flatbrauð)

2 msk. tómatsósa

1/4 bolli rifinn vegan mozzarella (Daiya vörumerki)

1/4 bolli saxaðir ferskir takkasveppir

3 þunnar sneiðar af tómötum

2 Quorn Vegan Kjötbollur, þiðnar (ef þær eru frosnar) og skornar í litla bita

1 C. Vegan parmesan

Klípa af þurrkuðu basilíku

Klípa af þurrkuðu oregano

½ tsk. sjávarsalt

Forhitaðu ofninn þinn í 350ºF.

Setjið naanið á bökunarplötu.

Dreifið sósunni jafnt yfir og stráið helmingnum af vegan mozzarella-rifunum yfir.

Bætið við sveppum, tómatsneiðum og vegan kjötbollubitum.

Setjið restina af vegan mozzarella-rifunum í lag.

Kryddið létt með vegan parmesan, basil og oregano.

Bakið í 25 mínútur.

Jarðarberja- og sítrussalat með grænkáli

Hráefni

1 búnt grænkál, stilkað og rifið í stóra bita

1 pund jarðarber, skorin í sneiðar

1/4 bolli sneiðar möndlur

Hráefni í dressingu

Safi úr 1 sítrónu

3 msk. extra virgin ólífuolía

1 msk. elskan mín

1/8 tsk sjávarsalt

1/8 tsk Hvítur pipar

3-4 msk. appelsínusafi

Blandið grænkálinu, jarðarberjunum og möndlunum saman í skál.

Blandið öllu hráefninu í dressinguna og hellið yfir salatið.

Gerir 3-4 skammta

Tofu hrærið

1 pakki þétt tófú, tæmt og mulið

Safi úr 1/2 sítrónu

1/2 tsk. salt

1/2 tsk. Túrmerik

1 msk. extra virgin ólífuolía

1/4 bolli niðurskorin græn paprika

1/4 bolli niðurskorinn rauðlaukur

3 hvítlauksrif, söxuð

1 msk. söxuð flatblaða steinselja

1 msk. bitar af vegan beikoni (valfrjálst)

Pipar, eftir smekk (valfrjálst)

Í skál, blandið muldum tofu, sítrónusafa, salti og túrmerik vel saman.

Hitið olíuna yfir meðalhita og bætið papriku, lauk og hvítlauk út í.

Steikið í 2 1/2 mínútu, eða þar til það er aðeins mjúkt.

Bætið tófúblöndunni út í og eldið í 15 mínútur.

Skreytið með steinselju, sojabeikonbitum og pipar.

Hrært spínat

1 pakki af þéttu spínati, skolað og látið renna af

Safi úr 1/2 sítrónu

1/2 tsk. salt

1/2 tsk. Túrmerik

1 msk. extra virgin ólífuolía

1/4 bolli niðurskorin græn paprika

1/4 bolli niðurskorinn rauðlaukur

3 hvítlauksrif, söxuð

1 msk. söxuð flatblaða steinselja

1 msk. bitar af vegan beikoni (valfrjálst)

Pipar, eftir smekk (valfrjálst)

Blandið spínati, sítrónusafa, salti og túrmerik vel saman í skál.

Hitið olíuna yfir meðalhita og bætið papriku, lauk og hvítlauk út í.

Steikið í 2 1/2 mínútu, eða þar til það er aðeins mjúkt.

Bætið tófúblöndunni út í og eldið í 15 mínútur.

Skreytið með steinselju, sojabeikonbitum og pipar.

Steikin karsí

1 pakki þétt karsa, skoluð og tæmd

Safi úr 1/2 sítrónu

1/2 tsk. salt

1/2 tsk. Túrmerik

1 msk. extra virgin ólífuolía

1/4 bolli niðurskorin græn paprika

1/4 bolli niðurskorinn rauðlaukur

3 hvítlauksrif, söxuð

1 msk. söxuð flatblaða steinselja

1 msk. bitar af vegan beikoni (valfrjálst)

Pipar, eftir smekk (valfrjálst)

Í skál, blandið vatnskarsunni, sítrónusafanum, salti og túrmerik vel saman.

Hitið olíuna yfir meðalhita og bætið papriku, lauk og hvítlauk út í.

Steikið í 2 1/2 mínútu, eða þar til það er aðeins mjúkt.

Bætið tófúblöndunni út í og eldið í 15 mínútur.

Skreytið með steinselju, sojabeikonbitum og pipar.

Hrærið grænkál

1 pakki þétt grænkál, skolað og látið renna af

Safi úr 1/2 sítrónu

1/2 tsk. salt

1/2 tsk. Túrmerik

1 msk. extra virgin ólífuolía

1/4 bolli niðurskorin græn paprika

1/4 bolli niðurskorinn rauðlaukur

3 hvítlauksrif, söxuð

1 msk. söxuð flatblaða steinselja

1 msk. bitar af vegan beikoni (valfrjálst)

Pipar, eftir smekk (valfrjálst)

Blandið grænkálinu, sítrónusafanum, salti og túrmerik vel saman í skál.

Hitið olíuna yfir meðalhita og bætið papriku, lauk og hvítlauk út í.

Steikið í 2 1/2 mínútu, eða þar til það er aðeins mjúkt.

Bætið tófúblöndunni út í og eldið í 15 mínútur.

Skreytið með steinselju, sojabeikonbitum og pipar.

Hrærið bok choy

1 bok choy, skolað og tæmt

1/2 tsk. salt

1/2 tsk. Túrmerik

1 msk. extra virgin ólífuolía

1/4 bolli niðurskorin græn paprika

1/4 bolli niðurskorinn rauðlaukur

3 hvítlauksrif, söxuð

1 msk. söxuð flatblaða steinselja

1 msk. bitar af vegan beikoni (valfrjálst)

Pipar, eftir smekk (valfrjálst)

Blandið saman bok choy í skál og kryddið vel.

Hitið olíuna yfir meðalhita og bætið papriku, lauk og hvítlauk út í.

Steikið í 2 1/2 mínútu, eða þar til það er aðeins mjúkt.

Bætið tófúblöndunni út í og eldið í 15 mínútur.

Skreytið með steinselju, sojabeikoni og pipar.

Hrærð Choy Sum

1 búnt af choy sum, skolað og látið renna af

1/2 tsk sjávarsalt

1 msk. sesam olía

1/4 bolli niðurskorin græn paprika

1/4 bolli niðurskorinn rauðlaukur

3 hvítlauksrif, söxuð

1 msk. söxuð flatblaða steinselja

1 msk. bitar af vegan beikoni (valfrjálst)

Pipar, eftir smekk (valfrjálst)

Blandið choy summinu og salti vel saman í skál.

Hitið olíuna yfir meðalhita og bætið papriku, lauk og hvítlauk út í.

Steikið í 2 1/2 mínútu, eða þar til það er aðeins mjúkt.

Bætið tófúblöndunni út í og eldið í 15 mínútur.

Skreytið með steinselju, sojabeikoni og pipar.

Hrært spergilkál

20 stykki spergilkál, skolað, skolað og tæmt

Safi úr 1/2 sítrónu

1/2 tsk. salt

1/2 tsk. Túrmerik

1 msk. extra virgin ólífuolía

1/4 bolli niðurskorin græn paprika

1/4 bolli niðurskorinn rauðlaukur

3 hvítlauksrif, söxuð

1 msk. söxuð flatblaða steinselja

1 msk. bitar af vegan beikoni (valfrjálst)

Pipar, eftir smekk (valfrjálst)

Blandið spergilkálinu, sítrónusafanum, salti og túrmerik vel saman í skál.

Hitið olíuna yfir meðalhita og bætið papriku, lauk og hvítlauk út í.

Steikið í 2 1/2 mínútu, eða þar til það er aðeins mjúkt.

Bætið tófúblöndunni út í og eldið í 15 mínútur.

Skreytið með steinselju, sojabeikonbitum og pipar.

Vegan fyllt skorpupizza

Hráefni

1 kassi pizzadeig (eða gerðu þitt eigið)

1 blokk mjólkurlaus vegan mozzarella, skorin í strimla

1/3 bolli vegan pizzasósa

1 meðalstór tómatur, þunnar sneiðar

3 fersk basilíkublöð, grófsöxuð og liggja í bleyti í ólífuolíu

1 msk. extra virgin ólífuolía

Forhitaðu ofninn þinn í 450°.

Fletjið pizzudeigið út í æskilega þykkt og setjið á létt smurða og hveitistráða bökunarplötu.

Setjið vegan mozzarella í kringum brúnir pizzunnar og rúllið brúnum deigsins yfir hverja ræmu og þrýstið niður til að mynda vasa af osti.

Rífið afganginn af mjólkurlausa mozzarellanum.

Dreifið pizzusósunni yfir deigið og stráið rifnum vegan osti yfir.

Skreytið með sneiðum tómötum og basilíkulaufum.

Bakið í 20 mínútur, eða þar til skorpan er gullinbrún.

Vegan Alfredo sósa

1/4 bolli vegan smjörlíki

3 hvítlauksrif, söxuð

2 bollar soðnar hvítar baunir, skolaðar og tæmdar

1 1/2 bollar ósykrað möndlumjólk

Sjávarsalt og pipar, eftir smekk

Steinselja (valfrjálst)

Bræðið vegan smjörlíkið við vægan hita.

Bætið hvítlauknum út í og eldið í 2 ½ mín.

Færið í matvinnsluvél, bætið baunum út í og 1 bolli möndlumjólk.

Blandið þar til slétt.

Hellið sósunni í pottinn við vægan hita og kryddið með salti og pipar.

Bætið steinseljunni við.

Eldið þar til það er heitt.

Avocado salat samloka

1 15 únsur. niðursoðnar kjúklingabaunir, skolaðar, tæmdar og roðhreinsaðar

1 stórt þroskað avókadó

1/4 bolli hakkað ferskt kóríander

2 msk. saxaður grænn laukur

Safi úr 1 lime

Sjávarsalt og pipar, eftir smekk

Brauð að eigin vali

Salat

Tómatar

Maukið kjúklingabaunir og avókadó með gaffli.

Bætið við kóríander, grænum lauk og limesafa og hrærið

Kryddið með salti og pipar.

Smyrjið á uppáhaldsbrauðið og toppið með salati og tómötum

Vegan Fajitas

Hráefni

1 dós steiktar baunir (15 oz)

1 dós pinto baunir (15 oz), tæmd og skoluð

1/4 bolli salsa

1 rauðlaukur skorinn í strimla

1 græn paprika, skorin í strimla

2 matskeiðar lime safi

2 tsk Fajita kryddblanda (sjá hér að neðan)

Tortillur

Fajita kryddblanda

1 msk. Maíssterkja

2 tsk chili duft

1 tsk spænsk paprika

1 teskeið af hunangi

1/2 tsk sjávarsalt

1/2 tsk laukduft

1/2 tsk hvítlauksduft

1/2 tsk malað kúmen

1/8 tsk cayenne pipar

Sjóðið salsa og refried baunir þar til þær eru heitar.

Bætið við og blandið fajita kryddunum (skiljið eftir 2 tsk) blandið hráefninu saman í litla skál.

Steikið laukinn, paprikuna og 2 tsk af kryddblöndunni í vatni og limesafa

Haltu áfram þar til vökvinn gufar upp og grænmetið byrjar að brúnast.

Raðið baununum í miðja tortilluna.

Setjið í lag með steiktu grænmeti og áleggi.

Rúllið því upp og berið fram.

Salat af haussalati og smjörsmjöruðum tómötum

Hráefni:

8 aura af vegan osti

6 bollar smjörhaussalat, 3 knippi, snyrt

1/4 evrópsk eða frælaus gúrka, helminguð eftir endilöngu, síðan þunnt sneið

3 matskeiðar saxaður eða saxaður graslaukur

16 kirsuberjatómatar

1/2 bolli sneiðar valhnetur

1/4 hvítlaukur, sneiddur

2 til 3 matskeiðar söxuð estragon lauf

Salt og pipar eftir smekk

Sárabindi

1 lítill skalottur, saxaður

1 matskeið eimað hvítt edik

1/4 sítróna, safi, um 2 tsk

1/4 bolli extra virgin ólífuolía

Undirbúningur

Blandið öllu hráefninu í dressinguna í matvinnsluvél.

Blandið saman við restina af hráefnunum og blandið vel saman.

Hrokkið salat og möndlur

Hráefni:

8 aura af vegan osti

6 til 7 bollar blaða salat, 3 knippi, snyrt

1/4 evrópsk eða frælaus gúrka, helminguð eftir endilöngu, síðan þunnt sneið

3 matskeiðar saxaður eða saxaður graslaukur

16 kirsuberjatómatar

1/2 bolli sneiðar möndlur

1/4 hvítlaukur, sneiddur

2 til 3 matskeiðar söxuð estragon lauf

Salt og pipar eftir smekk

Sárabindi

1 lítill skalottur, saxaður

1 matskeið eimað hvítt edik

1/4 sítróna, safi, um 2 tsk

1/4 bolli extra virgin ólífuolía

Undirbúningur

Blandið öllu hráefninu í dressinguna í matvinnsluvél.

Blandið saman við restina af hráefnunum og blandið vel saman.

Romaine salat og cashew salat

Hráefni:

8 aura af vegan osti

6 til 7 bollar romaine salat, 3 knippi, snyrt

1/4 evrópsk eða frælaus gúrka, helminguð eftir endilöngu, síðan þunnt sneið

3 matskeiðar saxaður eða saxaður graslaukur

16 kirsuberjatómatar

1/2 bolli sneiðar kasjúhnetur

1/4 hvítlaukur, sneiddur

2 til 3 matskeiðar söxuð rósmarínblöð

Salt og pipar eftir smekk

Sárabindi

1 lítill skalottur, saxaður

1 matskeið eimað hvítt edik

1/4 sítróna, safi, um 2 tsk

1/4 bolli extra virgin ólífuolía

Undirbúningur

Blandið öllu hráefninu í dressinguna í matvinnsluvél.

Blandið saman við restina af hráefnunum og blandið vel saman.

Ice Berg salat og hnetusalat

Hráefni:

6 til 7 bollar iceberg salat, 3 knippi, snyrt

1/4 frælaus gúrka, helminguð eftir endilöngu, síðan þunnar sneiðar

3 matskeiðar saxaður eða saxaður graslaukur

16 litlir tómatar

1/2 bolli jarðhnetur

1/4 vidalla laukur, skorinn í sneiðar

2 til 3 matskeiðar söxuð timjanblöð

Salt og pipar eftir smekk

8 aura af vegan osti

Sárabindi

1 lítill skalottur, saxaður

1 matskeið eimað hvítt edik

1/4 sítróna, safi, um 2 tsk

1/4 bolli extra virgin ólífuolía

½ tsk. enskt sinnep

Undirbúningur

Blandið öllu hráefninu í dressinguna í matvinnsluvél.

Blandið saman við restina af hráefnunum og blandið vel saman.

Frisée og valhnetusalat

Hráefni:

7 bollar blaðsalat, 3 knippi, snyrt

1/4 gúrka, helminguð langsum, síðan þunnt sneið

3 matskeiðar saxaður eða saxaður graslaukur

16 kirsuberjatómatar

1/2 bolli saxaðar valhnetur

1/4 hvítlaukur, sneiddur

2 til 3 matskeiðar söxuð estragon lauf

Salt og pipar eftir smekk

8 aura af vegan osti

Sárabindi

1 lítill grænn laukur, saxaður

1 matskeið eimað hvítt edik

1/4 sítróna, safi, um 2 tsk

1/4 bolli extra virgin ólífuolía

Undirbúningur

Blandið öllu hráefninu í dressinguna í matvinnsluvél.

Blandið saman við restina af hráefnunum og blandið vel saman.

Salat af höfuðsalati og valhnetum með smjöri

Hráefni:

6 til 7 bollar smjörhaussalat, 3 knippi, snyrt

1/4 evrópsk eða frælaus gúrka, helminguð eftir endilöngu, síðan þunnt sneið

3 matskeiðar saxaður eða saxaður graslaukur

16 kirsuberjatómatar

1/2 bolli sneiðar valhnetur

1/4 rauðlaukur, sneiddur

2 til 3 matskeiðar söxuð estragon lauf

Salt og pipar eftir smekk

8 aura af vegan osti

Sárabindi

1 lítill skalottur, saxaður

1 matskeið eimað hvítt edik

1/4 sítróna, safi, um 2 tsk

1/4 bolli extra virgin ólífuolía

1 msk. majónesi án eggja

Undirbúningur

Blandið öllu hráefninu í dressinguna í matvinnsluvél.

Blandið saman við restina af hráefnunum og blandið vel saman.

Romaine salat, kirsuberjatómatar og möndlusalat

Hráefni:

6 til 7 bollar romaine salat, 3 knippi, snyrt

1/4 evrópsk eða frælaus gúrka, helminguð eftir endilöngu, síðan þunnt sneið

3 matskeiðar saxaður eða saxaður graslaukur

16 kirsuberjatómatar

1/2 bolli sneiðar möndlur

1/4 hvítlaukur, sneiddur

2 msk. Jurtir frá Provence

Salt og pipar eftir smekk

6 aura vegan ostur

Sárabindi

1 lítill skalottur, saxaður

1 matskeið eimað hvítt edik

1/4 sítróna, safi, um 2 tsk

1/4 bolli extra virgin ólífuolía

Undirbúningur

Blandið öllu hráefninu í dressinguna í matvinnsluvél.

Blandið saman við restina af hráefnunum og blandið vel saman.

Bibb salat valhnetu og tómatsalat

Hráefni:

7 bollar Bibb-salat, 3 knippi, snyrt

1/4 evrópsk eða frælaus gúrka, helminguð eftir endilöngu, síðan þunnt sneið

3 matskeiðar saxaður eða saxaður graslaukur

16 kirsuberjatómatar

1/2 bolli sneiðar valhnetur

1/4 hvítlaukur, sneiddur

2 til 3 matskeiðar söxuð estragon lauf

Salt og pipar eftir smekk

8 aura af vegan osti

Sárabindi

1 lítill skalottur, saxaður

1 matskeið eimað hvítt edik

1/4 sítróna, safi, um 2 tsk

1/4 bolli extra virgin ólífuolía

Majónesi án eggja

Undirbúningur

Blandið öllu hráefninu í dressinguna í matvinnsluvél.

Blandið saman við restina af hráefnunum og blandið vel saman.

Tómatar og möndlu salat með Boston salati

Hráefni:

6 bollar Boston-salat, 3 knippi, snyrt

1/4 evrópsk eða frælaus gúrka, helminguð eftir endilöngu, síðan þunnt sneið

3 matskeiðar saxaður eða saxaður graslaukur

16 kirsuberjatómatar

1/2 bolli sneiðar möndlur

1/4 rauðlaukur, sneiddur

2 til 3 matskeiðar söxuð estragon lauf

Salt og pipar eftir smekk

8 aura af vegan osti

Sárabindi

1 lítill skalottur, saxaður

1 matskeið eimað hvítt edik

1/4 sítróna, safi, um 2 tsk

1/4 bolli extra virgin ólífuolía

1 C. Dijon sinnep

Undirbúningur

Blandið öllu hráefninu í dressinguna í matvinnsluvél.

Blandið saman við restina af hráefnunum og blandið vel saman.

Gúrku og möndlu salat

Hráefni:

6 til 7 bollar stilkursalat, 3 knippi, snyrt

1/4 gúrka, helminguð langsum, síðan þunnt sneið

3 matskeiðar saxaður eða saxaður graslaukur

2 mangó, skorið í teninga

1/2 bolli sneiðar möndlur

1/4 hvítlaukur, sneiddur

2 til 3 matskeiðar söxuð estragon lauf

Salt og pipar eftir smekk

8 aura af vegan osti

Sárabindi

1 lítill skalottur, saxaður

1 matskeið eimað hvítt edik

1/4 lime, safi, um 2 tsk

1/4 bolli extra virgin ólífuolía

1 msk. elskan mín

1 C. enskt sinnep

Undirbúningur

Blandið öllu hráefninu í dressinguna í matvinnsluvél.

Blandið saman við restina af hráefnunum og blandið vel saman.

Kirsuberjatómatar og macadamia hnetusalat

Hráefni:

7 bollar stilksalat, 3 knippi, snyrt

1/4 evrópsk eða frælaus gúrka, helminguð eftir endilöngu, síðan þunnt sneið

3 matskeiðar saxaður eða saxaður graslaukur

16 kirsuberjatómatar

1/2 bolli macadamia hnetur

1/4 rauðlaukur, sneiddur

2 til 3 matskeiðar af fersku timjan

Salt og pipar eftir smekk

8 aura af vegan osti

Sárabindi

1 lítill skalottur, saxaður

1 matskeið eimað hvítt edik

1/4 sítróna, safi, um 2 tsk

1/4 bolli extra virgin ólífuolía

1 msk. elskan mín

1 C. Dijon sinnep

Undirbúningur

Blandið öllu hráefninu í dressinguna í matvinnsluvél.

Blandið saman við restina af hráefnunum og blandið vel saman.

Smjörsalat Kirsuberjatómatar Cashew salat

Hráefni:

7 bollar smjörhaussalat, 3 knippi, snyrt

1/4 evrópsk eða frælaus gúrka, helminguð eftir endilöngu, síðan þunnt sneið

3 matskeiðar saxaður eða saxaður graslaukur

15 kirsuberjatómatar

1/2 bolli kasjúhnetur

1/4 hvítlaukur, sneiddur

2 til 3 matskeiðar söxuð estragon lauf

Salt og pipar eftir smekk

8 aura af vegan osti

Sárabindi

1 lítill skalottur, saxaður

1 matskeið eimað hvítt edik

1/4 sítróna, safi, um 2 tsk

1/4 bolli extra virgin ólífuolía

Undirbúningur

Blandið öllu hráefninu í dressinguna í matvinnsluvél.

Blandið saman við restina af hráefnunum og blandið vel saman.

Salat með romaine salati, kirsuberjatómötum og macadamia hnetum

Hráefni:

6 ½ bollar romaine salat, 3 knippi, snyrt

1/4 evrópsk eða frælaus gúrka, helminguð eftir endilöngu, síðan þunnt sneið

3 matskeiðar saxaður eða saxaður graslaukur

16 kirsuberjatómatar

1/2 bolli macadamia hnetur

1/4 hvítlaukur, sneiddur

2 til 3 matskeiðar söxuð estragon lauf

Salt og pipar eftir smekk

8 aura af vegan osti

Sárabindi

1 lítill skalottur, saxaður

1 matskeið eimað hvítt edik

1/4 sítróna, safi, um 2 tsk

1/4 bolli extra virgin ólífuolía

Undirbúningur

Blandið öllu hráefninu í dressinguna í matvinnsluvél.

Blandið saman við restina af hráefnunum og blandið vel saman.

Salat Iceberg Salat Epli Og Valhnetur

Hráefni:

8 aura af vegan osti

6 til 7 bollar iceberg salat, 3 knippi, snyrt

1/4 evrópsk eða frælaus gúrka, helminguð eftir endilöngu, síðan þunnt sneið

3 matskeiðar saxaður eða saxaður graslaukur

2 epli, kjarnhreinsuð og skorin í 2 tommu teninga

1/2 bolli sneiðar valhnetur

1/4 hvítlaukur, sneiddur

2 til 3 matskeiðar söxuð estragon lauf

Salt og pipar eftir smekk

Sárabindi

1 lítill skalottur, saxaður

2 matskeiðar eimað hvítt edik

1/4 bolli sesamolía

1 teskeið af hunangi

½ tsk. majónesi án eggja

Undirbúningur

Blandið öllu hráefninu í dressinguna í matvinnsluvél.

Blandið saman við restina af hráefnunum og blandið vel saman.

Salat Tómatar og Möndlusalat

Hráefni:

8 aura af vegan osti

7 bollar laust salat, 3 knippi, snyrt

1/4 evrópsk eða frælaus gúrka, helminguð eftir endilöngu, síðan þunnt sneið

3 matskeiðar saxaður eða saxaður graslaukur

16 kirsuberjatómatar

1/2 bolli sneiðar möndlur

1/4 rauðlaukur, sneiddur

2 til 3 matskeiðar saxað timjan

Salt og pipar eftir smekk

Sárabindi

1 lítill skalottur, saxaður

1 matskeið eimað hvítt edik

1/4 sítróna, safi, um 2 tsk

1/4 bolli extra virgin ólífuolía

1 msk. majónesi án eggja

Undirbúningur

Blandið öllu hráefninu í dressinguna í matvinnsluvél.

Blandið saman við restina af hráefnunum og blandið vel saman.

Hrokkið kirsuberja og macadamia hnetusalat

Hráefni:

6 til 7 bollar blaða salat, 3 knippi, snyrt

1/4 evrópsk eða frælaus gúrka, helminguð eftir endilöngu, síðan þunnt sneið

3 matskeiðar saxaður eða saxaður graslaukur

16 rifin kirsuber

1/2 bolli macadamia hnetur

1/4 rauðlaukur, sneiddur

2 til 3 matskeiðar söxuð estragon lauf

Sjávarsalt og pipar, eftir smekk

8 aura af vegan osti

Sárabindi

1 msk. graslaukur, saxaður

1 matskeið eimað hvítt edik

1/4 sítróna, safi, um 2 tsk

1/4 bolli extra virgin ólífuolía

1 msk. elskan mín

Undirbúningur

Blandið öllu hráefninu í dressinguna í matvinnsluvél.

Blandið saman við restina af hráefnunum og blandið vel saman.

Romaine salat, vínber og valhnetusalat

Hráefni:

7 laus romaine salat, 3 knippi, snyrt
1/4 gúrka, helminguð langsum, síðan þunnt sneið
4 matskeiðar saxaður eða saxaður graslaukur
16 vínber
1/2 bolli sneiðar valhnetur
1/4 hvítlaukur, sneiddur
Salt og pipar eftir smekk

Sárabindi

2 matskeiðar eimað hvítt edik
1/4 bolli sesamolía
1 C. hoisin sósu

Undirbúningur

Blandið öllu hráefninu í dressinguna í matvinnsluvél.

Blandið saman við restina af hráefnunum og blandið vel saman.

Smjörsalat, kirsuberjatómatar og tælenskt basil salat

Hráefni:

6 til 7 bollar smjörsalat, 3 knippi, snyrt

1/4 evrópsk eða frælaus gúrka, helminguð eftir endilöngu, síðan þunnt sneið

3 matskeiðar saxaður eða saxaður graslaukur

16 kirsuberjatómatar

1/2 bolli valhnetur

1/4 hvítlaukur, sneiddur

2 til 3 matskeiðar hakkað taílensk basil

Salt og pipar eftir smekk

Sárabindi

1 lítill skalottlaukur, saxaður

1 matskeið eimað hvítt edik

1/4 bolli sesamolía

1 msk. sambal oelek

Undirbúningur

Blandið öllu hráefninu í dressinguna í matvinnsluvél.

Blandið saman við restina af hráefnunum og blandið vel saman.

Reykt salat og estragon salat

Hráefni:

8 aura af vegan osti

6 til 7 bollar laust salat, 3 knippi, snyrt

1/4 evrópsk eða frælaus gúrka, helminguð eftir endilöngu, síðan þunnt sneið

3 matskeiðar saxaður eða saxaður graslaukur

16 kirsuberjatómatar

1/2 bolli sneiðar möndlur

1/4 hvítlaukur, sneiddur

2 til 3 matskeiðar söxuð estragon lauf

Salt og pipar eftir smekk

Sárabindi

1 C. kúmen

1 C. annatto fræ

1/2 tsk. Cayenne pipar

1 matskeið eimað hvítt edik

1/4 lime, safi, um 2 tsk

1/4 bolli extra virgin ólífuolía

Undirbúningur

Blandið öllu hráefninu í dressinguna í matvinnsluvél.

Blandið saman við restina af hráefnunum og blandið vel saman.

Salat Myntulauf og Cashew salat

Hráefni:

6 til 7 bollar laust salat, 3 knippi, snyrt

1/4 evrópsk eða frælaus gúrka, helminguð eftir endilöngu, síðan þunnt sneið

3 matskeiðar saxaður eða saxaður graslaukur

16 vínber

1/2 bolli kasjúhnetur

1/4 rauðlaukur, sneiddur

2 til 3 matskeiðar söxuð myntulauf

Salt og pipar eftir smekk

8 aura af vegan osti

Sárabindi

1 lítill skalottur, saxaður

1 matskeið eimað hvítt edik

1/4 lime, safi, um 2 tsk

1/4 bolli extra virgin ólífuolía

1 C. elskan mín

Undirbúningur

Blandið öllu hráefninu í dressinguna í matvinnsluvél.

Blandið saman við restina af hráefnunum og blandið vel saman.

Tómatsalat og hnetusalat

Hráefni:

6 til 7 bollar romaine salat, 3 knippi, snyrt

1/4 evrópsk eða frælaus gúrka, helminguð eftir endilöngu, síðan þunnt sneið

3 matskeiðar saxaður eða saxaður graslaukur

16 kirsuberjatómatar

1/2 bolli sneiðar hnetur

1/4 gulur laukur, skorinn í sneiðar

Salt og pipar eftir smekk

8 aura af vegan osti

Sárabindi

1 lítill skalottur, saxaður

1 matskeið eimað hvítt edik

1/4 sítróna, safi, um 2 tsk

1/4 bolli extra virgin ólífuolía

Undirbúningur

Blandið öllu hráefninu í dressinguna í matvinnsluvél.

Blandið saman við restina af hráefnunum og blandið vel saman.

Smjörhaussalat Appelsínu- og möndlusalat

Hráefni:

6 til 7 bollar smjörhaussalat, 3 knippi, snyrt

1/4 gúrka, helminguð langsum, síðan þunnt sneið

3 matskeiðar saxuð eða söxuð myntulauf

8 sneiðar mandarínur, skrældar og helmingaðar

1/2 bolli sneiðar möndlur

1/4 hvítlaukur, sneiddur

Salt og pipar eftir smekk

8 aura af vegan osti

Sárabindi

1 lítill skalottur, saxaður

1 matskeið eimað hvítt edik

1/4 lime, safi, um 2 tsk

1/4 bolli sesamolía

1 msk. elskan mín

Undirbúningur

Blandið öllu hráefninu í dressinguna í matvinnsluvél.

Blandið saman við restina af hráefnunum og blandið vel saman.

Einfalt salat af tómötum og möndlum með salati

Hráefni:

6 til 7 bollar iceberg salat, 3 knippi, snyrt

1/4 evrópsk eða frælaus gúrka, helminguð eftir endilöngu, síðan þunnt sneið

3 matskeiðar saxaður eða saxaður graslaukur

16 kirsuberjatómatar

1/2 bolli sneiðar möndlur

1/4 rauðlaukur, sneiddur

2 greinar af fersku rósmaríni

Salt og pipar eftir smekk

8 aura af vegan osti

Sárabindi

1 lítill skalottlaukur, saxaður

1 matskeið eimað hvítt edik

1/4 sítróna, safi, um 2 tsk

1/4 bolli extra virgin ólífuolía

1 majónes án eggs

 Undirbúningur

Blandið öllu hráefninu í dressinguna í matvinnsluvél.

 Blandið saman við restina af hráefnunum og blandið vel saman.

Romaine salat Salat Tómatar og heslihnetur

Hráefni:

6 til 7 bollar romaine salat, 3 knippi, snyrt

1/4 evrópsk eða frælaus gúrka, helminguð eftir endilöngu, síðan þunnt sneið

3 matskeiðar saxaður eða saxaður graslaukur

16 kirsuberjatómatar

1/2 bolli heslihnetur

10 svört vínber, frælaus

2 til 3 matskeiðar söxuð estragon lauf

Salt og pipar eftir smekk

8 aura af vegan osti

Sárabindi

1 lítill skalottur, saxaður

1 matskeið eimað hvítt edik

1/4 sítróna, safi, um 2 tsk

1/4 bolli extra virgin ólífuolía

1 msk. elskan mín

Undirbúningur

Blandið öllu hráefninu í dressinguna í matvinnsluvél.

Blandið saman við restina af hráefnunum og blandið vel saman.

Salat Frisee Salat Laukur Og Estragon

Hráefni:

8 aura af vegan osti

6 til 7 bollar blaða salat, 3 knippi, snyrt

1/4 evrópsk eða frælaus gúrka, helminguð eftir endilöngu, síðan þunnt sneið

3 matskeiðar saxaður eða saxaður graslaukur

16 kirsuberjatómatar

1/2 bolli sneiðar möndlur

1/4 hvítlaukur, sneiddur

2 til 3 matskeiðar söxuð estragon lauf

Salt og pipar eftir smekk

Sárabindi

1 lítill skalottur, saxaður

1 matskeið eimað hvítt edik

1/4 sítróna, safi, um 2 tsk

1/4 bolli extra virgin ólífuolía

Undirbúningur

Blandið öllu hráefninu í dressinguna í matvinnsluvél.

Blandið saman við restina af hráefnunum og blandið vel saman.

Tómatsalat með möndlum og estragon

Hráefni:

8 aura af vegan osti

6 til 7 bollar blaða salat, 3 knippi, snyrt

1/4 evrópsk eða frælaus gúrka, helminguð eftir endilöngu, síðan þunnt sneið

3 matskeiðar saxaður eða saxaður graslaukur

16 kirsuberjatómatar

1/2 bolli sneiðar möndlur

1/4 hvítlaukur, sneiddur

2 til 3 matskeiðar söxuð estragon lauf

Salt og pipar eftir smekk

Sárabindi

1 lítill skalottur, saxaður

1 matskeið eimað hvítt edik

1/4 sítróna, safi, um 2 tsk

1/4 bolli extra virgin ólífuolía

Undirbúningur

Blandið öllu hráefninu í dressinguna í matvinnsluvél.

Blandið saman við restina af hráefnunum og blandið vel saman.

Salat af hrokknum tómötum og heslihnetum

Hráefni:

8 aura af vegan osti

6 til 7 bollar blaða salat, 3 knippi, snyrt

1/4 evrópsk eða frælaus gúrka, helminguð eftir endilöngu, síðan þunnt sneið

3 matskeiðar saxaður eða saxaður graslaukur

16 kirsuberjatómatar

1/2 bolli sneiðar heslihnetur

1/4 hvítlaukur, sneiddur

2 til 3 matskeiðar söxuð estragon lauf

Salt og pipar eftir smekk

Sárabindi

1 lítill skalottur, saxaður

1 matskeið eimað hvítt edik

1/4 sítróna, safi, um 2 tsk

1/4 bolli extra virgin ólífuolía

Undirbúningur

Blandið öllu hráefninu í dressinguna í matvinnsluvél.

Blandið saman við restina af hráefnunum og blandið vel saman.

Frisee og kúrbít salat

Hráefni:

8 aura af vegan osti

6 til 7 bollar blaða salat, 3 knippi, snyrt

1/4 kúrbít, helmingaður langsum, síðan þunnt sneiðar

16 kirsuberjatómatar

1/2 bolli sneiðar möndlur

1/4 hvítlaukur, sneiddur

2 til 3 matskeiðar söxuð estragon lauf

Salt og pipar eftir smekk

Sárabindi

1 lítill skalottur, saxaður

1 matskeið eimað hvítt edik

1/4 sítróna, safi, um 2 tsk

1/4 bolli extra virgin ólífuolía

Undirbúningur

Blandið öllu hráefninu í dressinguna í matvinnsluvél.

Blandið saman við restina af hráefnunum og blandið vel saman.

Salat með romaine salati og heslihnetum

Hráefni:

8 aura af vegan osti

6 til 7 bollar romaine salat, 3 knippi, snyrt

1/4 evrópsk eða frælaus gúrka, helminguð eftir endilöngu, síðan þunnt sneið

3 matskeiðar saxaður eða saxaður graslaukur

16 kirsuberjatómatar

1/2 bolli sneiðar heslihnetur

1/4 hvítlaukur, sneiddur

2 til 3 matskeiðar söxuð estragon lauf

Salt og pipar eftir smekk

Sárabindi

1 lítill skalottur, saxaður

1 matskeið eimað hvítt edik

1/4 sítróna, safi, um 2 tsk

1/4 bolli extra virgin ólífuolía

Undirbúningur

Blandið öllu hráefninu í dressinguna í matvinnsluvél.

Blandið saman við restina af hráefnunum og blandið vel saman.

Tómata- og möndlusalat með icebergsalati

Hráefni:

8 aura af vegan osti

6 til 7 bollar iceberg salat, 3 knippi, snyrt

1/4 evrópsk eða frælaus gúrka, helminguð eftir endilöngu, síðan þunnt sneið

3 matskeiðar saxaður eða saxaður graslaukur

16 kirsuberjatómatar

1/2 bolli sneiðar möndlur

1/4 hvítlaukur, sneiddur

2 til 3 matskeiðar söxuð estragon lauf

Salt og pipar eftir smekk

Sárabindi

1 lítill skalottur, saxaður

1 matskeið eimað hvítt edik

1/4 sítróna, safi, um 2 tsk

1/4 bolli extra virgin ólífuolía

Undirbúningur

Blandið öllu hráefninu í dressinguna í matvinnsluvél.

Blandið saman við restina af hráefnunum og blandið vel saman.

Frisée og feta salat

Hráefni:

6 til 7 bollar smjörhaussalat, 3 knippi, snyrt

1/4 frælaus gúrka, helminguð eftir endilöngu, síðan þunnar sneiðar

3 matskeiðar saxaður eða saxaður graslaukur

16 kirsuberjatómatar

1/2 bolli pistasíuhnetur

1/4 hvítlaukur, sneiddur

2 til 3 matskeiðar söxuð estragon lauf

Salt og pipar eftir smekk

8 aura af vegan osti

Sárabindi

1 lítill skalottur, saxaður

1 matskeið eimað hvítt edik

1/4 sítróna, safi, um 2 tsk

1/4 bolli extra virgin ólífuolía

1 msk. pestó sósu

Undirbúningur

Blandið öllu hráefninu í dressinguna í matvinnsluvél.

Blandið saman við restina af hráefnunum og blandið vel saman.

Grillaður aspas grænn pipar og leiðsögn

Marinade hráefni

1/4 bolli extra virgin ólífuolía

2 matskeiðar af hunangi

4 tsk balsamik edik

1 tsk þurrkað oregano

1 tsk hvítlauksduft

1/8 tsk regnboga piparkorn

Sjó salt

Plöntuefni

1 pund ferskur aspas, snyrtur

3 litlar gulrætur, helmingaðar langsum

1 stór sæt græn paprika, skorin í 1 tommu ræmur

1 miðlungs gult sumarsquash, skorið í 1/2 tommu sneiðar

1 meðalgulur laukur, skorinn í báta

Blandið hráefninu í marineringuna saman.

Blandið 3 matskeiðum af marineringunni og grænmetinu saman í poka.

Látið marinerast í 1h30 við stofuhita eða yfir nótt í kæli.

Grillið grænmeti við meðalhita í 8 til 12 mínútur eða þar til það er meyrt.

Stráið afganginum af marineringunni yfir.

Einfaldur grillaður kúrbít og rauðlaukur

Hráefni

2 stórir kúrbítar, skornir langsum í ½ tommu sneiðar

2 stórir rauðlaukar, skornir í ½ tommu hringi en ekki aðgreindir í einstaka hringa

2 msk. extra virgin ólífuolía

2 msk. búgarðs dressing blanda

Penslið létt á hvorri hlið grænmetisins með ólífuolíu.

Kryddið með búgarðsdressingunni

Grillið í 4 mínútur við meðalhita eða þar til það er meyrt.

Einfaldur grillaður maís og Portobello

Hráefni

2 stór maís, skorin langsum

5 stykki Portobello, skoluð og tæmd

Marinade innihaldsefni:

6 msk. extra virgin ólífuolía

Sjávarsalt, eftir smekk

3 msk. eimað hvítt edik

1 C. Dijon sinnep

Marineraðu grænmetið með vinaigrette eða marinade hráefninu í 15 til 30 mínútur.

Grillið í 4 mínútur við meðalhita eða þar til grænmetið er meyrt.

Grillað marinerað eggaldin og kúrbít

Hráefni

2 stór eggaldin, skorin langsum og helminguð

2 stór kúrbít, skorin langsum og helminguð

Marinade innihaldsefni:

6 msk. extra virgin ólífuolía

Sjávarsalt, eftir smekk

3 msk. eimað hvítt edik

1 C. Dijon sinnep

Marineraðu grænmetið með vinaigrette eða marinade hráefninu í 15 til 30 mínútur.

Grillið í 4 mínútur við meðalhita eða þar til grænmetið er meyrt.

Grillaður pipar og spergilkál

Hráefni

2 grænar paprikur, helmingaðar

10 brokkolíníblóm

Marinade innihaldsefni:

6 msk. extra virgin ólífuolía

Sjávarsalt, eftir smekk

3 msk. eimað hvítt edik

1 C. Dijon sinnep

Marineraðu grænmetið með vinaigrette eða marinade hráefninu í 15 til 30 mínútur.

Grillið í 4 mínútur við meðalhita eða þar til grænmetið er meyrt.

Brennt blómkál og rósakál

Hráefni

10 blómkálsblóm

10 stykki rósakál

Marinade innihaldsefni:

6 msk. extra virgin ólífuolía

Sjávarsalt, eftir smekk

3 msk. eimað hvítt edik

1 C. Dijon sinnep

Marineraðu grænmetið með vinaigrette eða marinade hráefninu í 15 til 30 mínútur.

Grillið í 4 mínútur við meðalhita eða þar til grænmetið er meyrt.

Grillaðir maís og Crimini sveppir

Hráefni

2 baunir skornar langsum

10 Crimini sveppir, skolaðir og skolaðir

Marinade innihaldsefni:

6 msk. extra virgin ólífuolía

Sjávarsalt, eftir smekk

3 msk. eimað hvítt edik

1 C. Dijon sinnep

Marineraðu grænmetið með vinaigrette eða marinade hráefninu í 15 til 30 mínútur.

Grillið í 4 mínútur við meðalhita eða þar til grænmetið er meyrt.

Grillað eggaldin, kúrbít og maís

Hráefni

2 stór eggaldin, skorin langsum og helminguð

2 stór kúrbít, skorin langsum og helminguð

2 baunir skornar langsum

Marinade innihaldsefni:

6 msk. extra virgin ólífuolía

Sjávarsalt, eftir smekk

3 msk. eimað hvítt edik

1 C. Dijon sinnep

Marineraðu grænmetið með vinaigrette eða marinade hráefninu í 15 til 30 mínútur.

Grillið í 4 mínútur við meðalhita eða þar til grænmetið er meyrt.

Grillaður kúrbít og ananas

Hráefni

2 stórir kúrbítar, skornir langsum í ½ tommu sneiðar

2 stórir rauðlaukar, skornir í ½ tommu hringi en ekki aðgreindir í einstaka hringa

1 meðalstór ananas, skorinn í 1/2 tommu sneiðar

10 grænar baunir

Marinade innihaldsefni:

6 msk. extra virgin ólífuolía

Sjávarsalt, eftir smekk

3 msk. eimað hvítt edik

1 C. Dijon sinnep

Marineraðu grænmetið með vinaigrette eða marinade hráefninu í 15 til 30 mínútur.

Grillið í 4 mínútur við meðalhita eða þar til grænmetið er meyrt.

Portobello og grillaður aspas

Hráefni

3 stykki. Portobello, skolað og tæmt

2 stykki eggaldin, skorið langsum og helmingað

2 stykki kúrbít, skorið langsum og helmingað

6 stykki aspas

Marinade innihaldsefni:

6 msk. extra virgin ólífuolía

Sjávarsalt, eftir smekk

3 msk. eimað hvítt edik

1 C. Dijon sinnep

Marineraðu grænmetið með vinaigrette eða marinade hráefninu í 15 til 30 mínútur.

Grillið í 4 mínútur við meðalhita eða þar til grænmetið er meyrt.

Einföld uppskrift að grilluðu grænmeti

Hráefni

3 stykki. Portobello, skolað og tæmt

2 stykki eggaldin, skorið langsum og helmingað

2 stykki kúrbít, skorið langsum og helmingað

6 stykki aspas

Hráefni í dressingu

6 msk. extra virgin ólífuolía

Sjávarsalt, eftir smekk

3 msk. eplasafi edik

1 msk. elskan mín

1 C. Majónesi án eggja

Marineraðu grænmetið með vinaigrette eða marinade hráefninu í 15 til 30 mínútur.

Grillið í 4 mínútur við meðalhita eða þar til grænmetið er meyrt.

Grillaðir japanskir eggaldin og shiitake sveppir

Hráefni

Korn, skorin eftir endilöngu

2 stykki japanskt eggaldin, skorið langsum og helmingað

Shitake sveppir, skolaðir og tæmdir

Hráefni í dressingu

6 msk. ólífuolía

Sjávarsalt, eftir smekk

3 msk. hvítvínsedik

1 C. Majónesi án eggja

Marineraðu grænmetið með vinaigrette eða marinade hráefninu í 15 til 30 mínútur.

Grillið í 4 mínútur við meðalhita eða þar til grænmetið er meyrt.

Grillað japanskt eggaldin og spergilkál

Hráefni

2 grænar paprikur, helmingaðar

10 brokkolíníblóm

2 stykki japanskt eggaldin, skorið langsum og helmingað

Hráefni í dressingu

6 msk. sesam olía

Sjávarsalt, eftir smekk

3 msk. eimað hvítt edik

1 C. Majónesi án eggja

Marineraðu grænmetið með vinaigrette eða marinade hráefninu í 15 til 30 mínútur.

Grillið í 4 mínútur við meðalhita eða þar til grænmetið er meyrt.

Brennt blómkál og rósakál

Hráefni

10 blómkálsblóm

10 stykki rósakál

Hráefni í dressingu

6 msk. sesam olía

Sjávarsalt, eftir smekk

3 msk. eimað hvítt edik

1 C. Majónesi án eggja

Marineraðu grænmetið með vinaigrette eða marinade hráefninu í 15 til 30 mínútur.

Grillið í 4 mínútur við meðalhita eða þar til grænmetið er meyrt.

Japansk grilluð blómkálsuppskrift með balsamic gljáa

Hráefni

2 grænar paprikur, helmingaðar langsum

10 blómkálsblóm

2 stykki japanskt eggaldin, skorið langsum og helmingað

Hráefni í dressingu

6 msk. extra virgin ólífuolía

Sjávarsalt, eftir smekk

3 msk. Balsamic edik

1 C. Dijon sinnep

Marineraðu grænmetið með vinaigrette eða marinade hráefninu í 15 til 30 mínútur.

Grillið í 4 mínútur við meðalhita eða þar til grænmetið er meyrt.

Einföld uppskrift að grilluðu grænmeti

Hráefni

2 stór eggaldin, skorin langsum og helminguð

1 stór kúrbít, skorinn langsum og helmingaður

5 spergilkál

Marinade innihaldsefni:

6 msk. extra virgin ólífuolía

Sjávarsalt, eftir smekk

3 msk. eimað hvítt edik

1 C. Dijon sinnep

Marineraðu grænmetið með vinaigrette eða marinade hráefninu í 15 til 30 mínútur.

Grillið í 4 mínútur við meðalhita eða þar til grænmetið er meyrt.

Grillað eggaldin og græn paprika

Hráefni

2 grænar paprikur, helmingaðar

10 brokkolíníblóm

2 stykki eggaldin, skorið langsum og helmingað

Hráefni í dressingu

6 msk. ólífuolía

Sjávarsalt, eftir smekk

3 msk. hvítvínsedik

1 C. enskt sinnep

Marineraðu grænmetið með vinaigrette eða marinade hráefninu í 15 til 30 mínútur.

Grillið í 4 mínútur við meðalhita eða þar til grænmetið er meyrt.

Grillaður Portobello aspas og grænar baunir með eplavíni

Hráefni

3 stykki. Portobello, skolað og tæmt

2 stykki eggaldin, skorið langsum og helmingað

2 stykki kúrbít, skorið langsum og helmingað

6 stykki aspas

1 meðalstór ananas, skorinn í 1/2 tommu sneiðar

10 grænar baunir

Hráefni í dressingu

6 msk. extra virgin ólífuolía

Sjávarsalt, eftir smekk

3 msk. eplasafi edik

1 msk. elskan mín

1 C. Majónesi án eggja

Marineraðu grænmetið með vinaigrette eða marinade hráefninu í 15 til 30 mínútur.

Grillið í 4 mínútur við meðalhita eða þar til grænmetið er meyrt.

Grillaðar baunir og Portobello sveppir

Hráefni

Korn, skorin eftir endilöngu

5 Portobello sveppir, skolaðir og tæmdir

10 grænar baunir

Hráefni í dressingu

6 msk. ólífuolía

Sjávarsalt, eftir smekk

3 msk. hvítvínsedik

1 C. Majónesi án eggja

Marineraðu grænmetið með vinaigrette eða marinade hráefninu í 15 til 30 mínútur.

Grillið í 4 mínútur við meðalhita eða þar til grænmetið er meyrt.

Rósakál og grænar baunir

Hráefni

10 blómkálsblóm

10 stykki rósakál

10 grænar baunir

Hráefni í dressingu

6 msk. ólífuolía

Sjávarsalt, eftir smekk

3 msk. hvítvínsedik

1 C. Majónesi án eggja

Marineraðu grænmetið með vinaigrette eða marinade hráefninu í 15 til 30 mínútur.

Grillið í 4 mínútur við meðalhita eða þar til grænmetið er meyrt.

Kúrbít og laukur í búgarðsdressingu

Hráefni

2 stórir kúrbítar, skornir langsum í ½ tommu sneiðar

2 stórir rauðlaukar, skornir í ½ tommu hringi en ekki aðgreindir í einstaka hringa

2 msk. extra virgin ólífuolía

2 msk. búgarðs dressing blanda

Marineraðu grænmetið með vinaigrette eða marinade hráefninu í 15 til 30 mínútur.

Grillið í 4 mínútur við meðalhita eða þar til grænmetið er meyrt.

Grillaðar grænar baunir og ananas í Balsamic Vinaigrette

Hráefni

1 meðalstór ananas, skorinn í 1/2 tommu sneiðar

10 grænar baunir

Hráefni í dressingu

6 msk. extra virgin ólífuolía

Sjávarsalt, eftir smekk

3 msk. Balsamic edik

1 C. Dijon sinnep

Marineraðu grænmetið með vinaigrette eða marinade hráefninu í 15 til 30 mínútur.

Grillið í 4 mínútur við meðalhita eða þar til grænmetið er meyrt.

Spergilkál og grillað eggaldin

Hráefni

1 stórt eggaldin, skorið langsum og helmingað

1 stór kúrbít, skorinn langsum og helmingaður

10 grænar baunir

10 brokkolíníblóm

Marinade innihaldsefni:

6 msk. extra virgin ólífuolía

Sjávarsalt, eftir smekk

3 msk. eimað hvítt edik

1 C. Dijon sinnep

Marineraðu grænmetið með vinaigrette eða marinade hráefninu í 15 til 30 mínútur.

Grillið í 4 mínútur við meðalhita eða þar til grænmetið er meyrt.

Spergilkál og grilluð græn paprika

Hráefni

2 grænar paprikur, helmingaðar

8 brokkolíníblóm

Hráefni í dressingu

6 msk. sesam olía

Sjávarsalt, eftir smekk

3 msk. eimað hvítt edik

1 C. Majónesi án eggja

Marineraðu grænmetið með vinaigrette eða marinade hráefninu í 15 til 30 mínútur.

Grillið í 4 mínútur við meðalhita eða þar til grænmetið er meyrt.

Grillaðir kúrbítar og gulrætur

Hráefni

2 stórir kúrbítar, skornir langsum í ½ tommu sneiðar

1 stór rauðlaukur, skorinn í ½ tommu hringi en ekki aðskilja í einstaka hringa

1 stór gulrót, afhýdd og skorin langsum

Hráefni í dressingu

6 msk. ólífuolía

Sjávarsalt, eftir smekk

3 msk. hvítvínsedik

1 C. enskt sinnep

Marineraðu grænmetið með vinaigrette eða marinade hráefninu í 15 til 30 mínútur.

Grillið í 4 mínútur við meðalhita eða þar til grænmetið er meyrt.

Grillaðir Portobello sveppir með eplavíni

Hráefni

Korn, skorin eftir endilöngu

5 Portobello sveppir, skolaðir og tæmdir

Hráefni í dressingu

6 msk. extra virgin ólífuolía

Sjávarsalt, eftir smekk

3 msk. eplasafi edik

1 msk. elskan mín

1 C. Majónesi án eggja

Marineraðu grænmetið með vinaigrette eða marinade hráefninu í 15 til 30 mínútur.

Grillið í 4 mínútur við meðalhita eða þar til grænmetið er meyrt.

Brenndar gulrætur með rósakáli

Hráefni

10 blómkálsblóm

10 stykki rósakál

1 stór gulrót, afhýdd og skorin langsum

Hráefni í dressingu

6 msk. ólífuolía

Sjávarsalt, eftir smekk

3 msk. hvítvínsedik

1 C. Majónesi án eggja

Marineraðu grænmetið með vinaigrette eða marinade hráefninu í 15 til 30 mínútur.

Grillið í 4 mínútur við meðalhita eða þar til grænmetið er meyrt.

Uppskrift að grilluðum parsnips og kúrbít

Hráefni

1 stór pastinip, afhýdd og skorin eftir endilöngu

1 stór kúrbít, skorinn langsum í ½ tommu sneiðar

2 stórir rauðlaukar, skornir í ½ tommu hringi en ekki aðgreindir í einstaka hringa

Marinade innihaldsefni:

6 msk. extra virgin ólífuolía

Sjávarsalt, eftir smekk

3 msk. eimað hvítt edik

1 C. Dijon sinnep

Marineraðu grænmetið með vinaigrette eða marinade hráefninu í 15 til 30 mínútur.

Grillið í 4 mínútur við meðalhita eða þar til grænmetið er meyrt.

Grilluð rófa með austurlenskri vinaigrette

Hráefni

1 stór rófa, afhýdd og skorin eftir endilöngu

2 grænar paprikur, helmingaðar

10 brokkolíníblóm

Hráefni í dressingu

6 msk. sesam olía

Sjávarsalt, eftir smekk

3 msk. eimað hvítt edik

1 C. Majónesi án eggja

Marineraðu grænmetið með vinaigrette eða marinade hráefninu í 15 til 30 mínútur.

Grillið í 4 mínútur við meðalhita eða þar til grænmetið er meyrt.

Grillaðar gulrætur, rófur og Portobello með Balsamic gljáa

Hráefni

1 stór gulrót, afhýdd og skorin langsum

1 stór rófa, afhýdd og skorin eftir endilöngu

1 maís, skorið langsum

2 Portobello sveppir, skolaðir og tæmdir

Hráefni í dressingu

6 msk. extra virgin ólífuolía

Sjávarsalt, eftir smekk

3 msk. Balsamic edik

1 C. Dijon sinnep

Marineraðu grænmetið með vinaigrette eða marinade hráefninu í 15 til 30 mínútur.

Grillið í 4 mínútur við meðalhita eða þar til grænmetið er meyrt.

Grillaður kúrbít og mangó

Hráefni

2 stór kúrbít, skorin langsum og helminguð

2 stór mangó, skorin eftir endilöngu og hýdd

Hráefni í dressingu

6 msk. sesam olía

Sjávarsalt, eftir smekk

3 msk. eimað hvítt edik

1 C. Majónesi án eggja

Marineraðu grænmetið með vinaigrette eða marinade hráefninu í 15 til 30 mínútur.

Grillið í 4 mínútur við meðalhita eða þar til grænmetið er meyrt.

Fyrir mangó, grillið aðeins þar til þú byrjar að sjá brúna bletti.

Grillaður barnamaís og grænar baunir

Hráefni

½ bolli barnamaís

1 meðalstór ananas, skorinn í 1/2 tommu sneiðar

10 grænar baunir

2 stórir rauðlaukar, skornir í ½ tommu hringi en ekki aðgreindir í einstaka hringa

Hráefni í dressingu

6 msk. ólífuolía

Sjávarsalt, eftir smekk

3 msk. hvítvínsedik

1 C. enskt sinnep

Marineraðu grænmetið með vinaigrette eða marinade hráefninu í 15 til 30 mínútur.

Grillið í 4 mínútur við meðalhita eða þar til grænmetið er meyrt.

Grilluð þistilhjörtu og rósakál

Hráefni

½ bolli niðursoðin þistilhjörtu

5 spergilkál

10 stykki rósakál

Hráefni í dressingu

6 msk. ólífuolía

Sjávarsalt, eftir smekk

3 msk. hvítvínsedik

1 C. Majónesi án eggja

Marineraðu grænmetið með vinaigrette eða marinade hráefninu í 15 til 30 mínútur.

Grillið í 4 mínútur við meðalhita eða þar til grænmetið er meyrt.

Brennt pipar og rósakál Spergilkál með hunangssídergljáa

Hráefni

10 brokkolíníblóm

½ bolli niðursoðin þistilhjörtu

10 rósakál

Hráefni í dressingu

6 msk. extra virgin ólífuolía

Sjávarsalt, eftir smekk

3 msk. eplasafi edik

1 msk. elskan mín

1 C. Majónesi án eggja

Marineraðu grænmetið með vinaigrette eða marinade hráefninu í 15 til 30 mínútur.

Grillið í 4 mínútur við meðalhita eða þar til grænmetið er meyrt.

Uppskrift af grilluðum paprikum með brokkoliniblómum

Hráefni

1 græn paprika, helminguð

1 gul paprika, helminguð

1 rauð paprika, helminguð

10 brokkolíníblóm

Marinade innihaldsefni:

6 msk. extra virgin ólífuolía

Sjávarsalt, eftir smekk

3 msk. eimað hvítt edik

1 C. Dijon sinnep

Marineraðu grænmetið með vinaigrette eða marinade hráefninu í 15 til 30 mínútur.

Grillið í 4 mínútur við meðalhita eða þar til grænmetið er meyrt.

Grillað eggaldin, kúrbít með ýmsum paprikum

Hráefni

1 lítið eggaldin, skorið langsum og helmingað

1 lítill kúrbít, skorinn langsum og helmingaður

1 græn paprika, helminguð

1 gul paprika, helminguð

1 rauð paprika, helminguð

Hráefni í dressingu

6 msk. sesam olía

Sjávarsalt, eftir smekk

3 msk. eimað hvítt edik

1 C. Majónesi án eggja

Marineraðu grænmetið með vinaigrette eða marinade hráefninu í 15 til 30 mínútur.

Grillið í 4 mínútur við meðalhita eða þar til grænmetið er meyrt.

Grillaður portobello og rauðlaukur

Hráefni

1 maís, skorið langsum

5 Portobello sveppir, skolaðir og tæmdir

1 meðalstór rauðlaukur, skorinn í ½ tommu hringi en ekki aðskilinn í einstaka hringa

Hráefni í dressingu

6 msk. extra virgin ólífuolía

Sjávarsalt, eftir smekk

3 msk. Balsamic edik

1 C. Dijon sinnep

Marineraðu grænmetið með vinaigrette eða marinade hrácfninu í 15 til 30 mínútur.

Grillið í 4 mínútur við meðalhita eða þar til grænmetið er meyrt.

Grillaður maís og rauðlaukur

Hráefni

2 stórir kúrbítar, skornir langsum í ½ tommu sneiðar

2 stórir rauðlaukar, skornir í ½ tommu hringi en ekki aðgreindir í einstaka hringa

1 maís, skorið langsum

Hráefni í dressingu

6 msk. sesam olía

Sjávarsalt, eftir smekk

3 msk. eimað hvítt edik

1 C. Majónesi án eggja

Marineraðu grænmetið með vinaigrette eða marinade hráefninu í 15 til 30 mínútur.

Grillið í 4 mínútur við meðalhita eða þar til grænmetið er meyrt.

Grillað blómkál og aspas

Hráefni

10 blómkálsblóm

5 stykki rósakál

6 stykki aspas

Hráefni í dressingu

6 msk. ólífuolía

Sjávarsalt, eftir smekk

3 msk. hvítvínsedik

1 C. enskt sinnep

Marineraðu grænmetið með vinaigrette eða marinade hráefninu í 15 til 30 mínútur.

Grillið í 4 mínútur við meðalhita eða þar til grænmetið er meyrt.

Grillaður kúrbít Portobello eggaldin og aspas

Hráefni

3 stykki. Portobello, skolað og tæmt

2 stykki eggaldin, skorið langsum og helmingað

2 stykki kúrbít, skorið langsum og helmingað

6 stykki aspas

Hráefni í dressingu

6 msk. sesam olía

Sjávarsalt, eftir smekk

3 msk. eimað hvítt edik

1 C. Majónesi án eggja

Marineraðu grænmetið með vinaigrette eða marinade hráefninu í 15 til 30 mínútur.

Grillið í 4 mínútur við meðalhita eða þar til grænmetið er meyrt.

Uppskrift að ristuðum grænum paprikum, spergilkáli og aspas

Hráefni

2 grænar paprikur, helmingaðar

5 spergilkál

6 stykki aspas

Hráefni í dressingu

6 msk. extra virgin ólífuolía

Sjávarsalt, eftir smekk

3 msk. eplasafi edik

1 msk. elskan mín

1 C. Majónesi án eggja

Marineraðu grænmetið með vinaigrette eða marinade hráefninu í 15 til 30 mínútur.

Grillið í 4 mínútur við meðalhita eða þar til grænmetið er meyrt.

Grillaðir Portobello sveppir og kúrbít

Hráefni

2 stórir kúrbítar, skornir langsum í ½ tommu sneiðar

2 stórir rauðlaukar, skornir í ½ tommu hringi en ekki aðgreindir í einstaka hringa

2 Portobello sveppir, helmingaðir

Marinade innihaldsefni:

6 msk. extra virgin ólífuolía

Sjávarsalt, eftir smekk

3 msk. eimað hvítt edik

1 C. Dijon sinnep

Marineraðu grænmetið með vinaigrette eða marinade hráefninu í 15 til 30 mínútur.

Grillið í 4 mínútur við meðalhita eða þar til grænmetið er meyrt.

Grillaður aspas, ananas og grænar baunir

Hráefni

10 brokkolíníblóm

10 stykki aspas

1 meðalstór ananas, skorinn í 1/2 tommu sneiðar

10 grænar baunir

Hráefni í dressingu

6 msk. sesam olía

Sjávarsalt, eftir smekk

3 msk. eimað hvítt edik

1 C. Majónesi án eggja

Marineraðu grænmetið með vinaigrette eða marinade hráefninu í 15 til 30 mínútur.

Grillið í 4 mínútur við meðalhita eða þar til grænmetið er meyrt.

Grillaðar grænar baunir og eggaldin

Hráefni

2 stór eggaldin, skorin langsum og helminguð

2 stór kúrbít, skorin langsum og helminguð

10 grænar baunir

Hráefni í dressingu

6 msk. extra virgin ólífuolía

Sjávarsalt, eftir smekk

3 msk. Balsamic edik

1 C. Dijon sinnep

Marineraðu grænmetið með vinaigrette eða marinade hráefninu í 15 til 30 mínútur.

Grillið í 4 mínútur við meðalhita eða þar til grænmetið er meyrt.

Grillaður aspas og spergilkál

Hráefni

Korn, skorin eftir endilöngu

5 Portobello sveppir, skolaðir og tæmdir

8 stykki aspas

Hráefni í dressingu

6 msk. sesam olía

Sjávarsalt, eftir smekk

3 msk. eimað hvítt edik

1 C. Majónesi án eggja

Marineraðu grænmetið með vinaigrette eða marinade hráefninu í 15 til 30 mínútur.

Grillið í 4 mínútur við meðalhita eða þar til grænmetið er meyrt.

Brennt blómkál og rósakál

Hráefni

10 blómkálsblóm

10 stykki rósakál

10 brokkolíníblóm

10 stykki aspas

Hráefni í dressingu

6 msk. ólífuolía

Sjávarsalt, eftir smekk

3 msk. hvítvínsedik

1 C. enskt sinnep

Marineraðu grænmetið með vinaigrette eða marinade hráefninu í 15 til 30 mínútur.

Grillið í 4 mínútur við meðalhita eða þar til grænmetið er meyrt.

Grillað spergilkál og spergilkál

Hráefni

2 grænar paprikur, helmingaðar

5 spergilkál

5 spergilkál

Hráefni í dressingu

6 msk. sesam olía

Sjávarsalt, eftir smekk

3 msk. eimað hvítt edik

1 C. Majónesi án eggja

Marineraðu grænmetið með vinaigrette eða marinade hráefninu í 15 til 30 mínútur.

Grillið í 4 mínútur við meðalhita eða þar til grænmetið er meyrt.

Grillaður kúrbít Rauðlaukur Brokkolini blómkál og aspas

Hráefni

2 stórir kúrbítar, skornir langsum í ½ tommu sneiðar

2 stórir rauðlaukar, skornir í ½ tommu hringi en ekki aðgreindir í einstaka hringa

10 brokkolíníblóm

10 stykki aspas

Hráefni í dressingu

6 msk. extra virgin ólífuolía

Sjávarsalt, eftir smekk

3 msk. eplasafi edik

1 msk. elskan mín

1 C. Majónesi án eggja

Marineraðu grænmetið með vinaigrette eða marinade hráefninu í 15 til 30 mínútur.

Grillið í 4 mínútur við meðalhita eða þar til grænmetið er meyrt.

Grillaðar grænar baunir, aspas, spergilkál og ananas

Hráefni

10 brokkolíníblóm

10 stykki aspas

1 meðalstór ananas, skorinn í 1/2 tommu sneiðar

10 grænar baunir

Marinade innihaldsefni:

6 msk. extra virgin ólífuolía

Sjávarsalt, eftir smekk

3 msk. eimað hvítt edik

1 C. Dijon sinnep

Marineraðu grænmetið með vinaigrette eða marinade hráefninu í 15 til 30 mínútur.

Grillið í 4 mínútur við meðalhita eða þar til grænmetið er meyrt.

Grillaðar Edamame baunir

Hráefni

10 edamame baunir

10 blómkálsblóm

10 stykki rósakál

Hráefni í dressingu

6 msk. ólífuolía

Sjávarsalt, eftir smekk

3 msk. hvítvínsedik

1 C. Majónesi án eggja

Marineraðu grænmetið með vinaigrette eða marinade hráefninu í 15 til 30 mínútur.

Grillið í 4 mínútur við meðalhita eða þar til grænmetið er meyrt.

Grilluð okra, kúrbít og rauðlaukur

Hráefni

5 stykki okra

2 stórir kúrbítar, skornir langsum í ½ tommu sneiðar

2 stórir rauðlaukar, skornir í ½ tommu hringi en ekki aðgreindir í einstaka hringa

Hráefni í dressingu

6 msk. extra virgin ólífuolía

Sjávarsalt, eftir smekk

3 msk. Balsamic edik

1 C. Dijon sinnep

Marineraðu grænmetið með vinaigrette eða marinade hráefninu í 15 til 30 mínútur.

Grillið í 4 mínútur við meðalhita eða þar til grænmetið er meyrt.

Grillaðar parsnipar og kúrbít

Hráefni

1 stór pastinip, skorin eftir endilöngu

2 stórir kúrbítar, skornir langsum í ½ tommu sneiðar

2 stórir rauðlaukar, skornir í ½ tommu hringi en ekki aðgreindir í einstaka hringa

2 msk. extra virgin ólífuolía

2 msk. búgarðs dressing blanda

Marineraðu grænmetið með vinaigrette eða marinade hráefninu í 15 til 30 mínútur.

Grillið í 4 mínútur við meðalhita eða þar til grænmetið er meyrt.

Grilluð pastinip og okra

Hráefni

1 stór pastinip, skorin eftir endilöngu

5 stykki okra

2 stór eggaldin, skorin langsum og helminguð

2 stór kúrbít, skorin langsum og helminguð

Hráefni í dressingu

6 msk. ólífuolía

Sjávarsalt, eftir smekk

3 msk. hvítvínsedik

1 C. enskt sinnep

Marineraðu grænmetið með vinaigrette eða marinade hráefninu í 15 til 30 mínútur.

Grillið í 4 mínútur við meðalhita eða þar til grænmetið er meyrt.

Spergilkál Grillaður Pastinok Okra og Aspas

Hráefni

5 spergilkál

1 stór pastinip, skorin eftir endilöngu

5 stykki okra

3 stykki. Aspas

Korn, skorin eftir endilöngu

2 Portobello sveppir, skolaðir og tæmdir

Marinade innihaldsefni:

6 msk. extra virgin ólífuolía

Sjávarsalt, eftir smekk

3 msk. eimað hvítt edik

1 C. Dijon sinnep

Marineraðu grænmetið með vinaigrette eða marinade hráefninu í 15 til 30 mínútur.

Grillið í 4 mínútur við meðalhita eða þar til grænmetið er meyrt.

Grilluð rófa og paprika

Hráefni

1 stór rófa, skorin eftir endilöngu

2 grænar paprikur, helmingaðar

10 brokkolíníblóm

Hráefni í dressingu

6 msk. extra virgin ólífuolía

Sjávarsalt, eftir smekk

3 msk. eplasafi edik

1 msk. elskan mín

1 C. Majónesi án eggja

Marineraðu grænmetið með vinaigrette eða marinade hráefninu í 15 til 30 mínútur.

Grillið í 4 mínútur við meðalhita eða þar til grænmetið er meyrt.

Grillað blómkál og spergilkál

Hráefni

10 blómkálsblóm

10 stykki rósakál

10 brokkolíníblóm

10 stykki aspas

Hráefni í dressingu

6 msk. sesam olía

Sjávarsalt, eftir smekk

3 msk. eimað hvítt edik

1 C. Majónesi án eggja

Marineraðu grænmetið með vinaigrette eða marinade hráefninu í 15 til 30 mínútur.

Grillið í 4 mínútur við meðalhita eða þar til grænmetið er meyrt.

Grilluð rófa og ananas

Hráefni

1 stór rófa, skorin eftir endilöngu

1 meðalstór ananas, skorinn í 1/2 tommu sneiðar

10 grænar baunir

Hráefni í dressingu

6 msk. sesam olía

Sjávarsalt, eftir smekk

3 msk. eimað hvítt edik

1 C. Majónesi án eggja

Marineraðu grænmetið með vinaigrette eða marinade hráefninu í 15 til 30 mínútur.

Grillið í 4 mínútur við meðalhita eða þar til grænmetið er meyrt.

Grillaðar parsnipar og kúrbít

Hráefni

1 stór pastinip, skorin eftir endilöngu

2 stórir kúrbítar, skornir langsum í ½ tommu sneiðar

2 stórir rauðlaukar, skornir í ½ tommu hringi en ekki aðgreindir í einstaka hringa

Hráefni í dressingu

6 msk. ólífuolía

Sjávarsalt, eftir smekk

3 msk. hvítvínsedik

1 C. Majónesi án eggja

Marineraðu grænmetið með vinaigrette eða marinade hráefninu í 15 til 30 mínútur.

Grillið í 4 mínútur við meðalhita eða þar til grænmetið er meyrt.

Grilluð næpa Rauðlaukur og Parsnips

Hráefni

1 stór rófa, skorin eftir endilöngu

1 stór pastinip, skorin eftir endilöngu

1 stór kúrbít, skorinn langsum í ½ tommu sneiðar

2 litlir rauðlaukar, skornir í ½ tommu hringi en ekki aðgreindir í einstaka hringa

Hráefni í dressingu

6 msk. extra virgin ólífuolía

Sjávarsalt, eftir smekk

3 msk. Balsamic edik

1 C. Dijon sinnep

Marineraðu grænmetið með vinaigrette eða marinade hráefninu í 15 til 30 mínútur.

Grillið í 4 mínútur við meðalhita eða þar til grænmetið er meyrt.

Grillaðar gulrætur, spergilkál og spergilkál

Hráefni

1 stór gulrót, skorin langsum

1 stór pastinip, skorin eftir endilöngu

10 brokkolíníblóm

10 stykki aspas

10 grænar baunir

Hráefni í dressingu

6 msk. ólífuolía

Sjávarsalt, eftir smekk

3 msk. hvítvínsedik

1 C. enskt sinnep

Marineraðu grænmetið með vinaigrette eða marinade hráefninu í 15 til 30 mínútur.

Grillið í 4 mínútur við meðalhita eða þar til grænmetið er meyrt.

Grillaður aspas og spergilkál

Hráefni

10 brokkolíníblóm

10 stykki aspas

Korn, skorin eftir endilöngu

5 Portobello sveppir, skolaðir og tæmdir

Marinade innihaldsefni:

6 msk. extra virgin ólífuolía

Sjávarsalt, eftir smekk

3 msk. eimað hvítt edik

1 C. Dijon sinnep

Marineraðu grænmetið með vinaigrette eða marinade hráefninu í 15 til 30 mínútur.

Grillið í 4 mínútur við meðalhita eða þar til grænmetið er meyrt.

Grillað blómkál og barnamaís

Hráefni

10 blómkálsblóm

½ bolli niðursoðinn barnamaís

10 stykki rósakál

Hráefni í dressingu

6 msk. extra virgin ólífuolía

Sjávarsalt, eftir smekk

3 msk. eplasafi edik

1 msk. elskan mín

1 C. Majónesi án eggja

Marineraðu grænmetið með vinaigrette eða marinade hráefninu í 15 til 30 mínútur.

Grillið í 4 mínútur við meðalhita eða þar til grænmetið er meyrt.

Grilluð þistilhjörtu og spergilkál

Hráefni

½ bolli niðursoðin þistilhjörtu

10 brokkolíníblóm

Hráefni í dressingu

6 msk. sesam olía

Sjávarsalt, eftir smekk

3 msk. eimað hvítt edik

1 C. Majónesi án eggja

Marineraðu grænmetið með vinaigrette eða marinade hráefninu í 15 til 30 mínútur.

Grillið í 4 mínútur við meðalhita eða þar til grænmetið er mcyrt.

Baby gulrætur og grillað eggaldin

Hráefni

5 stykki litlar gulrætur

2 stór eggaldin, skorin langsum og helminguð

2 stór kúrbít, skorin langsum og helminguð

Hráefni í dressingu

6 msk. sesam olía

Sjávarsalt, eftir smekk

3 msk. eimað hvítt edik

1 C. Majónesi án eggja

Marineraðu grænmetið með vinaigrette eða marinade hráefninu í 15 til 30 mínútur.

Grillið í 4 mínútur við meðalhita eða þar til grænmetið er meyrt.

Grillaðar barnagulrætur og kúrbít

Hráefni

7 stykki litlar gulrætur

2 stórir kúrbítar, skornir langsum í ½ tommu sneiðar

2 stórir rauðlaukar, skornir í ½ tommu hringi en ekki aðgreindir í einstaka hringa

Hráefni í dressingu

6 msk. ólífuolía

Sjávarsalt, eftir smekk

3 msk. hvítvínsedik

1 C. Majónesi án eggja

Marineraðu grænmetið með vinaigrette eða marinade hráefninu í 15 til 30 mínútur.

Grillið í 4 mínútur við meðalhita eða þar til grænmetið er meyrt.

Grillaður maís, barnamaís og aspas

Hráefni

10 barnakorn

10 stykki aspas

Korn, skorin eftir endilöngu

Hráefni í dressingu

6 msk. extra virgin ólífuolía

Sjávarsalt, eftir smekk

3 msk. Balsamic edik

1 C. Dijon sinnep

Marineraðu grænmetið með vinaigrette eða marinade hráefninu í 15 til 30 mínútur.

Grillið í 4 mínútur við meðalhita eða þar til grænmetið er meyrt.

Barnagrillaðar gulrætur og þistilhjörtu

Hráefni

1 bolli niðursoðin þistilhjörtu

2 stórir kúrbítar, skornir langsum í ½ tommu sneiðar

8 litlar gulrætur

Hráefni í dressingu

6 msk. ólífuolía

Sjávarsalt, eftir smekk

3 msk. hvítvínsedik

1 C. enskt sinnep

Marineraðu grænmetið með vinaigrette eða marinade hráefninu í 15 til 30 mínútur.

Grillið í 4 mínútur við meðalhita eða þar til grænmetið er meyrt.

Grænar baunir með ananas og grilluðum þistilhjörtum

Hráefni

1 meðalstór ananas, skorinn í 1/2 tommu sneiðar

10 grænar baunir

1 bolli niðursoðin þistilhjörtu

Marinade innihaldsefni:

6 msk. extra virgin ólífuolía

Sjávarsalt, eftir smekk

3 msk. eimað hvítt edik

1 C. Dijon sinnep

Marineraðu grænmetið með vinaigrette eða marinade hráefninu í 15 til 30 mínútur.

Grillið í 4 mínútur við meðalhita eða þar til grænmetið er meyrt.

Spergilkál og grillaðar barnagulrætur

Hráefni

10 brokkolíníblóm

10 stykki barnagulrætur

2 stórir kúrbítar, skornir langsum í ½ tommu sneiðar

2 stórir rauðlaukar, skornir í ½ tommu hringi en ekki aðgreindir í einstaka hringa

Hráefni í dressingu

6 msk. ólífuolía

Sjávarsalt, eftir smekk

3 msk. hvítvínsedik

1 C. Majónesi án eggja

Marineraðu grænmetið með vinaigrette eða marinade hráefninu í 15 til 30 mínútur.

Grillið í 4 mínútur við meðalhita eða þar til grænmetið er meyrt.

Einfaldir grillaðir maís- og blómkálsblómar

Hráefni

10 stk Baby maís

10 blómkálsblóm

10 stykki rósakál

Hráefni í dressingu

6 msk. extra virgin ólífuolía

Sjávarsalt, eftir smekk

3 msk. eplasafi edik

1 msk. elskan mín

1 C. Majónesi án eggja

Marineraðu grænmetið með vinaigrette eða marinade hráefninu í 15 til 30 mínútur.

Grillið í 4 mínútur við meðalhita eða þar til grænmetið er meyrt.

Baby gulrætur og grilluð paprika

Hráefni

8 litlar gulrætur

2 grænar paprikur, helmingaðar

10 brokkolíníblóm

Hráefni í dressingu

6 msk. sesam olía

Sjávarsalt, eftir smekk

3 msk. eimað hvítt edik

1 C. Majónesi án eggja

Marineraðu grænmetið með vinaigrette eða marinade hráefninu í 15 til 30 mínútur.

Grillið í 4 mínútur við meðalhita eða þar til grænmetið er meyrt.

Mini grillaður maís, þistilhjörtu og eggaldin

Hráefni

½ bolli niðursoðinn barnamaís

½ bolli niðursoðin þistilhjörtu

2 stór eggaldin, skorin langsum og helminguð

Hráefni í dressingu

6 msk. ólífuolía

Sjávarsalt, eftir smekk

3 msk. hvítvínsedik

1 C. Majónesi án eggja

Marineraðu grænmetið með vinaigrette eða marinade hráefninu í 15 til 30 mínútur.

Grillið í 4 mínútur við meðalhita eða þar til grænmetið er meyrt.

Barnagrillaðar gulrætur og rauðlaukur

Hráefni

½ bolli barnagulrætur

2 stórir kúrbítar, skornir langsum í ½ tommu sneiðar

2 stórir rauðlaukar, skornir í ½ tommu hringi en ekki aðgreindir í einstaka hringa

Hráefni í dressingu

6 msk. extra virgin ólífuolía

Sjávarsalt, eftir smekk

3 msk. Balsamic edik

1 C. Dijon sinnep

Marineraðu grænmetið með vinaigrette eða marinade hráefninu í 15 til 30 mínútur.

Grillið í 4 mínútur við meðalhita eða þar til grænmetið er meyrt.

Grillað spergilkál, aspas og portobello sveppir

Hráefni

10 brokkolíníblóm

10 stykki aspas

Korn, skorin eftir endilöngu

5 Portobello sveppir, skolaðir og tæmdir

Hráefni í dressingu

6 msk. sesam olía

Sjávarsalt, eftir smekk

3 msk. eimað hvítt edik

1 C. Majónesi án eggja

Marineraðu grænmetið með vinaigrette eða marinade hráefninu í 15 til 30 mínútur.

Grillið í 4 mínútur við meðalhita eða þar til grænmetið er meyrt.

Grilluð þistilhjörtu

Hráefni

1 bolli niðursoðin þistilhjörtu

2 stórir rauðlaukar, skornir í ½ tommu hringi en ekki aðgreindir í einstaka hringa

Hráefni í dressingu

6 msk. ólífuolía

Sjávarsalt, eftir smekk

3 msk. hvítvínsedik

1 C. enskt sinnep

Marineraðu grænmetið með vinaigrette eða marinade hráefninu í 15 til 30 mínútur.

Grillið í 4 mínútur við meðalhita eða þar til grænmetið er meyrt.

Grillaðar barnagulrætur og sveppir

Hráefni

10 stykki barnagulrætur

1 bolli niðursoðnir hnappasveppir

Hráefni í dressingu

6 msk. ólífuolía

Sjávarsalt, eftir smekk

3 msk. hvítvínsedik

1 C. Majónesi án eggja

Marineraðu grænmetið með vinaigrette eða marinade hráefninu í 15 til 30 mínútur.

Grillið í 4 mínútur við meðalhita eða þar til grænmetið er meyrt.

Grilluð þistilhjörtu og aspas

Hráefni

½ bolli niðursoðin þistilhjörtu

10 brokkolíníblóm

10 stykki aspas

Hráefni í dressingu

6 msk. extra virgin ólífuolía

Sjávarsalt, eftir smekk

3 msk. eplasafi edik

1 msk. elskan mín

1 C. Majónesi án eggja

Marineraðu grænmetið með vinaigrette eða marinade hráefninu í 15 til 30 mínútur.

Grillið í 4 mínútur við meðalhita eða þar til grænmetið er meyrt.

Grillaður kúrbít

Hráefni

2 stórir kúrbítar, skornir langsum í ½ tommu sneiðar

Hráefni í dressingu

6 msk. ólífuolía

Sjávarsalt, eftir smekk

3 msk. hvítvínsedik

1 C. Majónesi án eggja

Marineraðu grænmetið með vinaigrette eða marinade hráefninu í 15 til 30 mínútur.

Grillið í 4 mínútur við meðalhita eða þar til grænmetið er meyrt.

Grillað eggaldin með balsamik gljáa

Hráefni

2 stór eggaldin, skorin langsum og helminguð

Hráefni í dressingu

6 msk. extra virgin ólífuolía

Sjávarsalt, eftir smekk

3 msk. Balsamic edik

1 C. Dijon sinnep

Marineraðu grænmetið með vinaigrette eða marinade hráefninu í 15 til 30 mínútur.

Grillið í 4 mínútur við meðalhita eða þar til grænmetið er meyrt.

Grillað romaine salat og tómatar

Hráefni

10 brokkolíníblóm

10 stykki rósakál

10 stykki aspas

1 búnt af romaine salatlaufum

2 meðalstórar gulrætur, skornar langsum og helminga

4 stórir tómatar, þykkt skornir

Hráefni í dressingu:

6 msk. extra virgin ólífuolía

1 C. laukduft

Sjávarsalt, eftir smekk

3 msk. eimað hvítt edik

1 C. Dijon sinnep

Blandið öllum hráefnum dressingarinnar vel saman.

Forhitið grillið á lágan hita og smyrjið ristin.

Settu grænmetið á grillið í 12 mínútur á hvorri hlið þar til það er meyrt, snúðu einu sinni.

Penslið með hráefni í marinering/dressingu

www.ingramcontent.com/pod-product-compliance
Lightning Source LLC
Chambersburg PA
CBHW071424080526
44587CB00014B/1733